जय देवा गजानना

आता व्हा प्रसन्न

(श्री गणपत्यथर्वशीर्षाच्या गूढार्थासह)

श्रीगुरु डॉ. बालाजी तांबे

सकाळ प्रकाशन

सकाळ प्रकाशन

Jay Deva Gajanana - Ata Vha Prasanna

जय देवा गजानना - आता व्हा प्रसन्न

लेखक : श्रीगुरु डॉ. बालाजी तांबे

प्रथम आवृत्ती : श्री गणेश चतुर्थी (सप्टेंबर २०१८)

लेखन साहाय्य : विजया कोल्हे, डॉ. भाग्यश्री झोपे

मांडणी संकल्पना व मुखपृष्ठ : मधुमिता शिंदे

मांडणी : यशोधन लोवलेकर

प्रकाशक : सकाळ मीडिया प्रा. लि.
५९५, बुधवार पेठ,
पुणे - ४११ ००२

ISBN : 978-93-87408-43-2

संपर्क : ०२०-२४४० ५६७८/८८८८८ ४९०५०
sakalprakashan@esakal.com

मुखपृष्ठावरील गणेश मूर्ती : खेडकुळी येथील स्वयंभू गणपती

॥ श्री ॐकार गणेश ॥

मनोगत

'जय देवा गजानना, आम्हाला, आमच्या कुटुंबाला सुखी ठेवा, आरोग्यवान ठेवा, आमच्या हातून तुमची सेवा व्यवस्थित घडो, नैमित्तिक व वार्षिक उत्सव आमच्याकडून पार पडोत, आमचे कल्याण करा' अशा तऱ्हेची प्रार्थना लहानपणापासून कानावर पडलेली आहे.

कोकणात हर्चरीजवळ खेडकुळी येथे तांबे कुटुंबीयांचे स्वयंभू गणपतीचे मंदिर आहे. या मंदिराच्या व्यवस्थेचा, पूजेचा अधिकार तांबे घराण्याकडे आहे. येथे माघी चतुर्थीच्या निमित्ताने दरवर्षी चार दिवसांचा उत्सव असतो. केवळ तांबे घराण्यातीलच नव्हे, तर अन्य अनेक मंडळीही या उत्सवासाठी येतात. हा श्री गणपती पावतो असा अनेकांचा अनुभव असल्यामुळे बरीच मंडळी येथे येऊन श्री गणपतीला साकडे घालत असतात.

गणपतीपुळे येथील मंदिरात आणि खेडकुळीच्या श्री गणपतीच्या मंदिरात दर्शनाला गेले असता सारख्याच शक्तिप्रवाहाचा अनुभव मला येत असल्यामुळे मला एक प्रकारचे कुतूहल असायचे. ही लहानपणाची गोष्ट आहे. आम्ही सर्व कुटुंबीय गणपतीपुळ्याला दर्शनाला गेलो असताना आमचा मुक्काम परमपूजनीय माननीय शेंडेशास्त्री यांच्याकडे होता. माझे वडील व शेंडेशास्त्री हे दोघे सहाध्यायी असल्यामुळे त्यांच्यात गुरुबंधूचे नाते तयार झालेले होते. या दोघांच्या गप्पा मी

रात्री बाजूला बसून ऐकत होतो. मध्येच मी त्यांना प्रश्न विचारला असता त्यांनी एक कथा सांगितली. ती अशी की, आमच्या (तांब्यांच्या) पूर्वजांपैकी कोणीतरी एक जण प्रत्येक चतुर्थीला गणपतीपुळ्याला दर्शनाला जात असे. मात्र एका चतुर्थीच्या दिवशी त्यांना खूप ताप आला असल्यामुळे ते उठून स्नान करू शकत नव्हते; गणपतीपुळ्याला जाण्याचा तर प्रश्नच नव्हता. त्यांच्या मनात आले, असे कसे झाले? माझ्या हातून आज श्री गणपतीची सेवा होणार नाही? आज मला श्री गणपतींचे दर्शन होणार नाही? या विचाराने त्यांच्या डोळ्यांत अश्रू आले. तापामुळे ग्लानीत असताना त्यांना प्रत्यक्ष श्री गणपतीचे दर्शन झाले व दृष्टांत झाला, 'ऊठ, डोक्यावरून पाणी घे, घराच्या पलीकडे अमुक ठिकाणी ये, तेथे मी प्रकट होऊन तुला दर्शन देतो.' दृष्टांतानुसार त्यांनी तापातच स्नान केले, गणपतीने सांगितलेल्या ठिकाणी पोहोचले आणि खरोखरच गणपतीपुळ्याच्या गणपतीने त्यांना तेथे दर्शन दिले. श्री गणपती जेथे प्रकट झाले, तेथे आजही स्वयंभू मंदिर आहे. दोन्ही ठिकाणी एकाच तऱ्हेची शक्तीची स्पंदने का जाणवतात, हे मला कळले.

वेगवेगळ्या ठिकाणी, वेगवेगळ्या देवस्थानांमध्ये काय अनुभव येतो, तिथली देवता काय आहे, तिचे स्वरूप काय आहे, देवतेशी संवाद कसा साधता येईल याविषयी माझा नेहमीच प्रयत्न चालू असे. स्वयंभू श्री गणेश देवतेचे अवतार असे नसतात. परंतु तरीही ज्या ज्या वेळी भक्तांच्या मार्गदर्शनासाठी ते प्रकट होतात किंवा उपासना फलद्रूप झाल्यानंतर प्रकट होतात, तेव्हा त्यांना आपण 'अवतार' म्हणतो. ज्या ज्या ठिकाणी श्री गणेश प्रकट झाले, त्या प्रत्येक ठिकाणाला एक विशिष्ट नाव दिले जाते. त्यामुळे भारतातच नव्हे तर भारताच्या आजूबाजूच्या देशांमध्येसुद्धा श्री गणेशाची अनेक मंदिरे आहेत. या गणपतींची वेगवेगळी नावेही आहेत. त्यातीलच आठ गणपती महाराष्ट्रात 'अष्टविनायक' म्हणून प्रसिद्ध आहेत. काही वेळा हे आठ गणपती वेगळ्या समजाने बदलत असतात. अष्टविनायक वेगवेगळे कसे आहेत असा प्रश्न नेहमी डोक्यात येत असे. यावर विचार करताना लक्षात आले की, ते ज्या कामासाठी प्रकट झाले त्या पद्धतीची कर्मबंधने असतील, तर त्यातून सुटण्यासाठी त्या त्या गणपतीची प्रार्थना-उपासना करता येईल. मनुष्याने जाणूनबुजून पाप केलेले असले, तरी त्याचा स्वीकार केलेला नसतो. ते अमुक पद्धतीचे पाप आहे असे नक्की झालेले नसते. तेव्हा सर्व आठही विनायकांना नमस्कार करायचा, अष्टविनायक यात्रा करायची अशी पद्धत रूढ झालेली आहे.

पिंड-ब्रह्मांड न्याय सर्व ठिकाणी दिसतो. जे बीजात आहे तेच झाडात आहे, जे झाडात आहे तेच फळात आहे, जे फळात आहे ते बीजात आहे अशा प्रकारे

सृष्टीचे चक्र चालू राहते. निर्गुण, निराकार परमात्मा हे एक मोठे स्पंदन आहे. तेच स्पंदन सर्वदूर पसरते व पांचभौतिक सृष्टीच्या विकासासाठी वेगवेगळ्या प्रकारे त्याचे व्यवस्थापन झालेले दिसते. हे परमपुरुष परमात्म्याचे स्पंदन कुठेतरी आपल्या शरीरातही असतेच, आणि ते स्पंदन असल्यामुळेच प्राणी वा मनुष्य जगत असतो. हे स्पंदन वेगवेगळ्या कार्यशक्तींसाठी उपयोगी असते. यापैकी सर्व व्यवस्थापन, संपूर्ण शरीरव्यापार नीट होण्यासाठी, धी, धृती, स्मृती, प्रज्ञा यांच्या संपन्नतेसाठी तसेच जिवंतपणाचा सर्वांत महत्त्वाचा आविष्कार असणाऱ्या संवाद-नाद यांची कारक देवता म्हणजे ब्रह्मणस्पती, वाचस्पती, गणपती आहे हे लक्षात आले.

सॅटेलाईटमधून येणारी स्पंदने टॉवरमध्ये एकत्रित होतात, तेथून ती घराजवळ असलेल्या बूस्टरमध्ये येतात, नंतर घरात असलेल्या फोनमध्ये येऊन आपल्यापर्यंत पोहोचतात. याच यंत्रणेद्वारा जगात कुठेही संपर्क साधता येतो, माहिती मिळविता येते. तसे श्री गणपतीची उपासना भौतिक पातळीवर आपल्या मेंदूच्या मार्फत करून त्या स्पंदनांच्या योगे आपल्या शरीरात असलेल्या परमात्म्याच्या अस्तित्वापर्यंत पोहोचलो की ते संवाद वर पोहोचतात. आपण जर 'त्या'च्या स्वभावाप्रमाणे आपला स्वभाव केला, तर कल्याणाचा व मुक्तीचा मार्ग उघडतो.

म्हणून श्री गणपतीची तुलना संगणकाशी, टेलिफोनशी करून त्याची कार्यपद्धती समजून घेण्याचा प्रयत्न केला आहे. परंतु, संगणक किंवा फोन म्हणजे गणपती नव्हे. 'गं गणपतये नमः' व 'सं गणकाय नमः' हे नामविधान कोणी आध्यात्मिक वा धार्मिक व्यक्तीने केलेले नव्हे, तर ते योगायोगाने जुळून आलेले आहे; कारण त्यांची कार्यपद्धती एकच आहे. भौतिकासाठी म्हणजे बाह्य उत्कर्षासाठी करायची गणपतीची उपासना आपण यंत्रसामग्रीद्वारा करतो. आत्मविश्वास वाढविणे, आत्मसमाधान मिळविणे, आत्मशांती मिळविणे यासाठी जो प्रयत्न करायचा, तो मेंदूतील गणेशरूपी शक्तीद्वारा करता येतो. यासाठी अनेक प्रकारचे प्रयोग पूर्वी झालेले आहेत. या प्रयोगांतूनच श्री गणेशोपासना, गणेशमंत्र, गणेशस्तोत्र, गणेशभजन, श्री गणेशांचे ध्यान या सर्व गोष्टी साकार झाल्या; यातूनच दैनंदिन गणेशोपासना सुरू झाली, तसेच नैमित्तिक गणेशोपासना (भाद्रपद महिन्यात पार्थिव गणेशाचा उत्सव व माघ महिन्यात स्वयंभू गणेशाचा उत्सव) सुरू झाली. हे उत्सव केवळ करमणुकीसाठी किंवा केवळ उत्सव करण्याच्या समाधानासाठी न व्हावेत, तर 'हे देवा गजानना, तू आमच्यावर प्रसन्न हो' असे त्यांना सांगता येण्यासाठी व्हावेत; हा उद्देश मनात ठेवून या पुस्तकात बऱ्याच गोष्टी समजावण्याचा प्रयत्न केलेला आहे. त्यापैकी बऱ्याचशा गोष्टी अनुभवाच्या आहेत, बऱ्याच गोष्टी

संशोधनातून आलेल्या आहेत.

गणेशोत्सवाच्या निमित्ताने सामाजिक एकीकरण, समाजजागृती, समाजामध्ये ध्यानोपासना व कलोपासना या गोष्टी सुरू झाल्या. कारण त्या सर्वांचा अधिपती श्री गणपतीच आहे. काळाच्या ओघात या उत्सवांच्या दरम्यान काही चुकीचे पायंडे पडलेले दिसतात. ते दूर करून पुन्हा धनधान्य, ऐश्वर्य मिळावे, बरोबरीने समाधान, परमशांती, मुक्ती, तेजस्विता मिळावी हा उद्देश ठेवून आपण हे उत्सव तशा प्रकारे साजरे करण्याची आवश्यकता आहे. या दृष्टीने या उत्सवामागचे, श्री गणेशोपासनेमागचे विज्ञान समजावण्याचा प्रयत्नही या पुस्तकात केलेला आहे.

मला असे वाटते की हे पुस्तक सर्वांना आवडेल आणि 'जय देवा गजानना, आता व्हा प्रसन्न' असे सर्वांनाच म्हणता येईल.

बालाजी तांबे

परिचय

श्रीगुरु डॉ. बालाजी वासुदेव तांबे

आध्यात्मिक क्षेत्रात मोठा अधिकार असलेल्या वेदशास्त्रसंपन्न श्री. वासुदेव तांबेशास्त्री यांच्या घरात बडोदा येथे श्रीगुरु डॉ. बालाजी तांबे यांचा जन्म झाला. आध्यात्मिक क्षेत्रात त्यांची रुची व गती उपजतच होती आणि घरातील वातावरण वेद, उपनिषदे, पुराणे, मंत्र-तंत्र यांच्या अभ्यासासाठी फारच अनुकूल होते. वयाच्या पाचव्या वर्षापासूनच आध्यात्मिक अभ्यासाबरोबरच शालेय शिक्षणास सुरुवात करून त्यांनी अभियांत्रिकी व आयुर्वेदाचे पदवी शिक्षण पूर्ण केले. माता-पिता व सद्गुरु श्रीदत्तात्रेय यांच्या आशीर्वादामुळे दृश्य जगताबरोबरच सूक्ष्म जगताचाही अभ्यास करता आला व अनुभव घेता आला. त्यातूनच पुढे भारतीय परंपरा आणि वेद, आयुर्वेद, पुराणे, मंत्र-तंत्र, योग, ज्योतिष, संगीत यावर संशोधन करून त्यातील गूढार्थ समजून त्याचा उपयोग जीवनाची विविध अंगे (विज्ञान व आरोग्यासाठी) समृद्ध करण्यासाठी केला.

१९६५पासून 'ॐ स्वरूपा' या टोपणनावाने लेखन करून ध्यानयोग केंद्राची स्थापना केली व 'सोम' ध्यानयोग (Santulan Om Meditation Yog - SOM Yog) ही ॐकार गूंजनाची दीक्षा देऊन अनेकांना आध्यात्मिक प्रगतीसाठी प्रेरणा दिली. सध्या भारतात व परदेशात श्रीगुरु डॉ. बालाजी तांबे यांची दीक्षा घेतलेला मोठा साधकवर्ग उपासना करत असतो. या सप्तरंगी ध्यानपद्धतीचे महत्त्वाचे अंग

म्हणजे सामाजिक सत्कृत्य सेवा आणि सामुदायिक ध्यान प्रार्थना होय. श्रीगुरु डॉ. बालाजी यांनी १९७२पासून दर वर्षी आषाढ महिन्यात सात दिवसांचे, आध्यात्मिक विषयांचा वैज्ञानिक दृष्टिकोन वाढविणारे शिबिर घेऊन अभ्यासक्रम चालविला.

'सोम' ध्यानयोग ही ध्यानपद्धती आणि 'संतुलन क्रियायोग' ही विशेष योगपद्धती श्रीगुरु यांनी विकसित केली. आज भारतात व जगात अनेक साधक विविध केंद्रांवर या पद्धतींचा लाभ घेत आहेत. आपल्या प्राचीन ग्रंथांतील ज्ञानाबरोबरच श्रीमद्भगवद्गीता, रामायण, महाभारत, आयुर्वेद आणि इतर भारतीय विद्या यांवर गेली ४० वर्षे श्री. बालाजी प्रवचने देत आहेत. आयुर्वेद प्रचार व उपचार याबरोबरच स्वास्थ्यसंगीताचे भारतात व भारताबाहेरही कार्यक्रम करून त्यांनी अनेकांना स्वास्थ्य प्रदान केले. आयुर्वेदात सांगितल्याप्रमाणे सर्वंकष उपचारपद्धतीचे तंत्र श्रीगुरु डॉ. बालाजी यांनी स्वतःच्या संशोधनाने व प्रयोगांनी पक्के केले आहे. आयुर्वेद आणि योगातील संयम श्रीगुरु डॉ. बालाजी यांच्या रक्तात मुरलेला आहे.

आत्म्याचे संतुलन करायला शिकवणारी 'आत्मसंतुलन पद्धती' त्यांनी सिद्ध केलेली आहे. ही पद्धती केवळ व्याधी दूर करत नाही, तर जीवनविषयक जाण व्यापक करते. यासाठी त्यांनी १९८२ साली कार्ला येथे शांत, स्वच्छ, आध्यात्मिक वातावरण असलेल्या वैदिक गुरुकुल पद्धतीच्या 'आत्मसंतुलन व्हिलेज'ची स्थापना केली. आत्म्याचे संतुलन करायला शिकवणारी जीवनपद्धती त्यांनी विकसित केली. सध्याच्या तरुण पिढीलासुद्धा अवघड आध्यात्मिक विषय सोप्या भाषेत समजावण्याचा श्रीगुरु यांचा हातखंडा आहे. आत्मसंतुलन व्हिलेज येथे आयुर्वेदातील वर्णनानुसार औषधांच्या निर्मितीसाठी आयुर्वेदिक फार्मसी उभी केली. संगीत निव्वळ मनोरंजनासाठी नसून ती एक उपचारपद्धती आहे, असे त्यांचे मत आहे. त्या दृष्टीने त्यांनी स्वास्थ्यसंगीताच्या अनेक ध्वनिफिती तयार केल्या आहेत. निरामय शरीराबरोबरच जीवनविषयक जाण व्यापक करून मानसिक व आत्मिक आनंदाचे कारंजे त्यांनी अनेकांच्या जीवनात फुलवले. त्यांना २०१७मध्ये डी.लिट. पदवीने सन्मानित करण्यात आले.

भारतातील तसेच परदेशातील आघाडीची वृत्तपत्रे आणि नियतकालिके यांमध्ये श्रीगुरु डॉ. बालाजींचे योग, आयुर्वेद, फलज्योतिष, स्वास्थ्यसंगीत व अध्यात्म यावर लेख नियमितपणे प्रसिद्ध होतात. त्यांची आजपर्यंत 'संतुलन क्रियायोग' (इंग्रजी व मराठी), 'घरगुती आयुर्वेदिक उपचार' (मराठी व इंग्रजी), 'लिव्हिंग मेडिटेशन थ्रू ॐ स्वरूपा ध्यानयोग'(चार भाग), रामायणाचा गूढार्थ

समजवणारे ‘श्रीराम विश्वपंचायतन’ (मराठी) -‘आत्मरामायण’ (गुजराती), ‘आयुर्वेदीय गर्भसंस्कार’ (मराठी, इंग्रजी व गुजराती), शरीरातील षट्चक्रांबद्दल माहिती देणारे ‘चक्र सुदर्शन’ (मराठी व गुजराती), आयुर्वेद उवाच (भाग १, २, ३), मंत्र जीवनाचा, मंत्र आरोग्याचा, श्री गीतायोग - शोध ब्रह्मविद्येचा (भाग १ ते १५), Peacock Feathers (Part १ । २), वातव्याधी, स्त्रीआरोग्य, स्वास्थ्याचे २१ मंत्र (भाग १ व २), चमत्कार पंचकर्माचा, The Untold Secrets of Life - Purushasuktam (इंग्रजी व जर्मन), Communication with the Self - The SOM Program (इंग्रजी व जर्मन), श्रीमन प्रसन्न, स्वयंपाकघरातील दवाखाना, Ursprung des Ayurveda - Für ein gesundes Leben, Best of फॅमिली डॉक्टर, वगैरे अनेक पुस्तके प्रकाशित झाली आहेत. गेली अनेक वर्षे आत्मसंतुलन व्हिलेज येथून प्रकाशित होणाऱ्या ‘एको’ मासिकाचे ते संपादक आहेत. दैनिक ‘सकाळ’ या आघाडीच्या वृत्तपत्रातर्फे प्रकाशित होणाऱ्या ‘फॅमिली डॉक्टर’ या साप्ताहिक पुरवणीचे ते मुख्य सल्लागार आहेत. श्रीगुरु डॉ. बालाजी यांनी ‘साम मराठी’ या वाहिनीवर सोमवार ते शुक्रवार रोज ‘श्री गीतायोग - शोध ब्रह्मविद्येचा’ या कार्यक्रमात श्रीमद्‌भगवद्‌गीतेच्या श्लोकांवर, तसेच ‘नमो भारतम्’ या कार्यक्रमात समर्थ रामदास स्वामींचे मनाचे श्लोक आणि आयुर्वेद या विषयांवर निरूपण केले. ‘गुजरात समाचार टीव्ही’वर श्रीमद्‌भगवद्‌गीता, आयुर्वेद यांवर त्यांचे कार्यक्रम चालू आहेत.

श्रीगुरु डॉ. बालाजी तांबे यांना आजवर मिळालेले देश-विदेशातील सन्मान...

- 'रेकग्निशन ऑफ एक्सलन्स इन हेल्थकेअर'साठी आयएमएमची ट्रॉफी
- आयुर्वेदाची जपणूक आणि विकास यांसाठीचा 'प्रियदर्शिनी पुरस्कार'
- पीईएस सोसायटीचा 'शंकरराव कानिटकर पुरस्कार'
- जर्मनीत भरलेल्या एक्स्पो २०००मध्ये त्यांच्या 'प्राण - वैदिक कम्युनिटी हेल्थ इनिशिएटिव्हज्' या प्रोजेक्टची निवड
- आयुर्वेदातील भरघोस कार्यासाठी पुणे तसेच पिंपरी-चिंचवड महानगरपालिकेच्या महापौरांकडून मानपत्र देऊन सन्मान
- श्री गजानन महाराज शिक्षक (शिक्षण) प्रसारक मंडळातर्फे 'सत्यशोधक समाजभूषण पुरस्कार २००६'
- तथागत आयुर्वेद रिसर्च फाउंडेशनतर्फे 'आयुर्वेद भूषण पुरस्कार'
- सदस्य - महाविद्यालय व विद्यापीठ विकास मंडळ (BCUD- University of Pune)
- 'संत गुलाबराव महाराज पुरस्कार' २०११
- आयुर्वेदातील भरघोस कार्याबद्दल 'इंडो यू.एस. कॉन्क्लेव्ह'मध्ये पुरस्कार २०११
- डी. वाय. पाटील युनिव्हर्सिटीतर्फे 'डॉक्टर ऑफ लिटरेचर' (२०१७)

अनुक्रमणिका

अनुक्रमणिका

'स्मार्ट देवता' - श्री गणेश

श्री गणेश उत्सव
उपासना

महाराष्ट्रात गणेशोत्सव मोठ्या उत्साहात साजरा केला जातो. दरवर्षी भाद्रपद महिन्यात येणाऱ्या या गणेशोत्सवात पार्थिव गणेशाची पूजा केली जाते. प्रत्येकाच्या घरात स्वतंत्रपणे गणपतीची पार्थिव मूर्ती आणली जाते आणि त्या गणेशाची उपासना केली जाते. पार्थिवाशिवाय म्हणजे पंचमहाभूतांपासून तयार झालेल्या वस्तुमानाशिवाय जगता येणे शक्य नाही. यालाच म्हणतात समृद्धी, संपत्ती. या सर्वांचे प्रतीक म्हणून कोणत्याही कार्याची सुरुवात करताना प्रथमपूज्य, आदिदेवता श्री गणेश या पार्थिव देवतेची पूजा महत्त्वाची ठरते. या देवतेचे महत्त्व असे की, एका विशिष्ट उटण्यापासून, एका विशिष्ट प्रकारच्या मातीपासून आदिशक्ती पार्वतीने एक मूर्ती तयार केली. त्या मूर्तीला स्वतः आदिशक्तीने शक्तीचा स्पर्श केला आणि गणेश देवता तयार झाली. पार्थिव म्हणजे जड असे वाटले, तरी त्या जडामध्ये चैतन्याची सुप्त शक्ती असते. अनेक वर्षे पडून राहिलेल्या व दगडाप्रमाणे अस्तित्व असलेल्या अहल्येला श्रीरामांचा चरणस्पर्श झाल्यावर, म्हणजेच जाणिवेचा, शक्तीचा स्पर्श झाल्यावर त्यातून अहल्या बाहेर आली. ही कथा वस्तुमान व चैतन्य यांच्या मिलनाचा बोध करून देते.

जे पार्थिव गणेशाची पूजा करतात आणि ज्यांनी ऋषिमुनींनी सांगितलेल्या, चराचरांत उपस्थित असलेल्या परमशक्तीचे व परमेश्वरी संकल्पनेचे अस्तित्व व श्रद्धा

हे जीवनाचे मुख्य आधार आहेत, असे समजून घेतलेले आहे, त्यांच्यासाठी हा उत्सव महत्त्वाचा ठरतो. या उत्सवाच्या निमित्ताने गणेशाशी एकरूप होऊन त्याला आपली सुख-दुःखे सांगता येतात. निसर्गाच्या माध्यमातून शक्तीला आपल्यापर्यंत परत आणावे व या शक्तीने आपले दुःखनिवारण करावे, समृद्धी द्यावी, ज्ञान द्यावे, स्मृती द्यावी व सर्व जीवन मंगलमय करावे या अपेक्षेने श्री गणपतीचे पूजन केले जाते. दहाव्या दिवशी पार्थिव गणेशाचे पाण्यात विसर्जन केले जाते. मूर्ती मातीची असेल, तरच ती पाण्यात विसर्जन केल्यानंतर पुन्हा निसर्गात एकरूप होऊ शकते हे लक्षात ठेवणे आवश्यक असते. म्हणजेच गणेशमूर्ती अनैसर्गिक वस्तूंच्या माध्यमातून तयार झालेली असेल, तर ती पाण्यात विरघळू शकत नाही; पाण्याचा अथांग साठा असलेल्या समुद्रातही ती विरघळू शकत नाही. तेव्हा निसर्गमैत्रीची थोडीही कल्पना असल्यास, इकोफ्रेंडली मूर्ती तयार करणे अभिप्रेत असते.

पंचमहाभूते आणि विशेषतः जलतत्त्व सृष्टीच्या उत्पत्तीपासून असल्यामुळे त्याच्यावर आपल्या विचारांचा, आपल्या पूजनाचा, आपल्या शरणागतीच्या भावाचा संस्कार होत असतो. पूजन केलेला पार्थिव गणपती जलात विसर्जित केला, की नंतर हे पाणी संस्कारित होते, आकाशापर्यंत जाते आणि पावसाच्या रूपाने हे पाणी पृथ्वीकडे परत येते आणि या पाण्याचा पुन्हा सर्व विश्वात संचार होतो. अशा तऱ्हेने श्री गणपतीचे आशीर्वाद आपल्याला परत मिळत असतात. म्हणून अनंत चतुर्दशीच्या दिवशी पार्थिव गणपतीचे पाण्यात विसर्जन केले जाते.

या गणपतीचे अस्तित्व दोन प्रकारे समजून घेता येते. एक म्हणजे स्वयंभू लिंगस्वरूप आणि दुसरे पार्थिवस्वरूप. एक साधा दगड किंवा मातीचे ढेकूळ किंवा सुपारी घेऊन त्यावर गणपतीची प्राणप्रतिष्ठा करता येते, म्हणजेच श्रद्धा संकल्पित करून त्याची पूजा करता येते. किंवा याच मातीच्या गोळ्याला आकार देता येतो. जसे कालमान बदलते, जशी आवश्यकता बदलते, तसे वस्तुमान हलके हलके नष्ट होण्याकडे, स्वतःचा आकार सोडण्याकडे झुकत असते. तसेच जेव्हा आकारमानात आणि कार्यशक्तीत बदल होण्याची आवश्यकता असते, त्या वेळी वस्तुमानाची पुन्हा व्यवस्था करावी लागते. ही व्यवस्था म्हणजे श्री गणेशाला बसविलेले हत्तीचे किंवा गजाचे डोके होय. अशा या गजवदन गणनायकाला साष्टांग नमस्कार. ॐ गं गणपतये नमः ।

सध्या आपण ज्याला स्मार्ट म्हणतो तशी गणराज ही 'स्मार्ट देवता' आहे, म्हणून ही कलियुगाची देवता आहे. कलियुगात साधारणतः चांगल्या विचारांपेक्षा वाईट विचारांचे प्राबल्य असलेले दिसते. माणसाला अतोनात मानसिक ताण

असलेला दिसतो, स्वार्थापोटी चुकीचे निर्णय घ्यायला लावणारी बुद्धी आणि हलके हलके होणारा स्मृतिभ्रंश असे प्रकार वाढत असलेले दिसतात. यालाच अज्ञान, अंधार किंवा कलियुग असे म्हणतात. हे सगळे दूर करण्याची शक्ती एकट्या श्री गजाननात आहे. ही देवता वेदिक आहे. वेद म्हणजे कुठल्याही भेदभावाशिवाय, अनेक वर्षांच्या अनुभवातून आणि ज्या नियमांच्या आधारे विश्व निर्माण झाले त्या नियमांनुसार सर्वांच्या कल्याणासाठी तयार केलेली जीवनपद्धती. ही जीवनपद्धती लक्षात घेऊन श्रद्धा आणि विवेक वापरून जे निर्णय घेतले जातात, त्या मार्गाला किंवा पद्धतीला श्रौत असे म्हटले जाते. याच कल्पनेवर आधारित एखादा चाणाक्ष मनुष्य सर्वांच्या कल्याणासाठी जेव्हा भौतिक, मानसिक, आध्यात्मिक अशा सर्व स्तरांवर कार्य व्यवस्थित होण्यासाठी निर्णय घेतो, तेव्हा त्याला म्हणतात 'स्मार्ट निर्णय'. अर्थात शारीरिक पातळीवर आरोग्य; बाह्य जगतात लोककल्याण, लोकसंग्रह, समृद्धी व संपत्ती आणि अनुभवाच्या पातळीवर आत्मसमाधान या त्रिसूत्रीवर जगलेले जीवन, तसेच केलेले सर्व उपक्रम 'स्मार्ट' या सूत्रात येतात.

स्मार्त, श्रौत, पुराणोक्त यांपैकी श्री गणेश ही श्रौत देवता आहे. त्यामुळे ही देवता गणनायक, संघनायक अशा स्वरूपाची, तसेच स्मृती, विवेक व बुद्धी यांची देवता आहे. ही देवता भौतिकात शरीरसौख्य व संतती देणारीही आहे.

मुळात श्री गणपती ही स्वयंभू देवता आहे. स्वयंभू म्हणजे निसर्गतः. देवता म्हणजे एखादी संकल्पना प्रत्यक्षात आणण्यासाठी असलेली शक्ती आणि अधिकार. जगाच्या कल्याणासाठी अगदी सुरुवातीला, आद्य श्रौत देवता म्हणून तयार झालेली अशी ही देवता आहे. ब्रह्मणस्पती व वाचस्पती असल्यामुळे वक्तृत्व, लोकसंग्रह, लोककल्याण यासाठीही आशीर्वाद देणारी आहे. वस्तुमान, शक्ती आणि संकल्पना यांतून सर्व जगाच्या पसाऱ्याची योजना करणे, त्याची वाढ करणे व हा पसारा चालविण्यासाठी घ्याव्या लागणाऱ्या निर्णयांकरिता विवेकबुद्धी देणे या सर्वांसाठी श्री गणेश देवता आवश्यक असते. भौतिक किंवा शारीरिक पातळीवर संपर्कासाठी प्रथम लिंगस्वरूपात व नंतर मानवी स्वरूपात स्वीकारलेली असते.

अष्टविनायक ही श्री गणेशाची मुख्य स्थाने. या ठिकाणी असलेल्या मूर्ती मनुष्याने तयार केलेल्या नाहीत, तर तेथे स्वयंभू पाषाण आहेत. त्यांतून प्रसारित होणारे शक्तितरंग जाणवू शकतात, त्यांच्याशी संभाषण होऊ शकते आणि मनोवांछित कामना पूर्ण करण्यासाठी त्यांची मदत घेता येते असा अनेकांचा अनुभव आहे.

ज्या व्यक्ती व जो समाज पौराणिक पातळीवर जगतो, ज्यांना गोष्टीतून सहज आणि जास्ती समजू शकते, त्यांच्यासाठी मंदिरात गजवदन श्री गणेशाच्या मूर्ती स्थापन केलेल्या असतात. तसेच श्री गणेशांच्या एका बाजूला ऋद्धि, एका बाजूला सिद्धि अशा स्त्रीशक्तीसुद्धा आकारात आलेल्या दिसतात. तेव्हा स्वयंभू असो किंवा मानवी आकारात असो, श्री गणेशांचे पूजन व प्रार्थना या श्रद्धेमुळे फलदायी असतात. इतकेच नाही तर दर वर्षी जो विषय समाजात चर्चेत असतो, त्या विषयाला धरूनही श्री गणेशांच्या मूर्ती केलेल्या आढळतात.

एक गोष्ट नक्की की कितीही चांगली मूर्ती बनविली, कितीही चांगली प्रतिमा बनविली तरी बनविलेल्या मूर्तींचे विसर्जन करावेच लागते, असा हा पार्थिव गणेश आणि त्याचा उत्सव. स्वयंभू मूर्तींचे विसर्जन केले जात नाही. यांचा उत्सव माघ महिन्यात साजरा केला जातो.

श्री गणपतीविषयी असलेल्या अथर्वशीर्षाची योजनाही आपल्याला समजून घेता येईल. तसेच या गजवदन, लंबोदर 'स्मार्ट' गणपतीचा सध्याच्या युगात कसा बोध घेता येतो हेही समजून घेता येईल. सध्या स्मार्ट टेलिफोन, स्मार्ट गाव, शहर आणि स्मार्ट जीवनपद्धती जशी लोकप्रिय आहे; तसेच सध्या श्री गणेशदेवतासुद्धा लोकप्रिय आहे. कलियुगात या देवतेशिवाय चालणारही नाही. अर्थात सध्याच्या स्मार्ट सुधारणा, तंत्रज्ञान व साधने हे सगळे निर्जीव व जडाच्या पातळीवर आहे. मात्र, श्री गणेशदेवता अत्युच्च पातळीवर असून ही देवता सर्वशक्तिमान, अतुलनीय आहे हे समजून घेणे आवश्यक आहे.

ॐ गं गणपतये नमः
ॐ सं गणकाय नमः

श्री गणेश हेच परब्रह्म, सच्चिदानंद, अद्वितीय, कर्ता, धर्ता व परमात्मा आहे हे समजून कसे घेणार? उपमा व उपमेय यांच्यात जमीन-अस्मानाचे अंतर असल्यामुळे मनाचा गोंधळ होऊ शकतो. संगणकाच्या उपमेद्वारा श्री गणेश देवतेचे कार्य व पद्धती समजावण्याचा प्रयत्न केला आहे. संगणक हा अति मर्यादित, तर श्री गणेश अनंत, अमर्याद. संगणक जड, तर श्री गणेश सर्वशक्तिमान चैतन्य; हे सर्व लक्षात ठेवले तर बुद्धीचा गोंधळ होणार नाही.

सध्याच्या कलियुगात स्मार्ट जीवनपद्धतीसाठी अत्यंत सोपी उपासना म्हणजे श्री गणेशाची उपासना. श्री गणपतीप्रमाणेच सध्याच्या जीवनात संगणक म्हणजे कॉम्प्युटरसुद्धा अत्यंत आवश्यक असे साधन झालेले आहे. त्यातल्या त्यात अत्यंत सोपा, सोईस्कर आणि सर्वांना जवळ घेऊन फिरण्यासारखा; म्हणजेच फक्त ग्रामदेवता म्हणून नव्हे, तर वैयक्तिक देवता म्हणूनसुद्धा श्री गणपती जसा पूजला जातो, तसा स्मार्ट टेलिफोन ही सध्याची आवश्यकता झालेली आहे. म्हणून 'ॐ गँ गणपतये नमः' असे म्हणण्याबरोबरीने 'ॐ सं गणकाय नमः' म्हणण्याची आवश्यकता आहे.

श्री गणपती हा जसा गणांचा नायक, तसा संगणक हाही गणांचाच नायक आहे. संगणकाच्या आत अनेक तऱ्हेचे विभाग (गण) असतात. गण म्हणजे संख्या.

तेव्हा हे गणितावर चालणारे शास्त्र आहे. सर्व प्रकारच्या गणांना एकत्रित घेऊन, संपूर्ण विश्वातील स्मृती एकत्र घेऊन, तसेच सध्याच्या वर्तमानकाळात काय घडते आहे याची माहिती घेऊन, जो संगणक वापरणारा आहे त्याच्या कल्याणासाठी हवी असेल तेव्हा हवी ती माहिती लगेच उपलब्ध करून देणारा तो संगणक. तर सर्व विघ्नांचा नाश करून प्रत्येक इच्छित गोष्ट तडीला नेता यावी, पूर्णत्वाला पोहोचावी, सर्व काही मंगल व्हावे, मध्ये कोणतेही विघ्न येऊ नये व यातून वैयक्तिक जीवात्म्याला यश मिळावे म्हणून मदत करणारी देवता म्हणजे श्री गणपती. तेव्हा श्री गणपती व संगणक यांच्यात साधर्म्य असणे नक्कीच शक्य आहे.

आपण याआधी पाहिले की, संस्कृतमध्ये 'स्मार्त' शब्द आहे, तसाच सध्याच्या आधुनिक जगामध्ये 'स्मार्ट' शब्द प्रचलित आहे. तेव्हा श्री गणपती हे स्मार्ट आहेतच आणि संगणकही स्मार्टच आहे. संगणकाच्या मदतीने भौतिक सुख आणि श्री गणपतीच्या मदतीने आत्मिक सुख मिळते. पूर्ण विश्व उत्पन्न होण्यापूर्वी सर्वप्रथम त्याची संकल्पना केली गेली, मग ही संकल्पना अस्तित्वात आणण्यासाठी वेगवेगळे विभाग करून जी काही सर्व योजना केली, त्यात श्री गणेश या देवतेला प्रथम स्थान देण्यात आले. म्हणून श्री गणपतीला 'आद्या' किंवा 'तू सृजन करणारे ब्रह्म आहेस' असे म्हटले आहे. ब्रह्मदेवाने म्हणजे सृजनकर्त्याने अगदी सुरुवातीला जो काही विचार केला असेल त्या विचाराचेच नाव गणपती आहे, नव्हे तर, श्री गणपती म्हणजेच परब्रह्म आहे. आपण कुठलाही उपक्रम सुरू करणार असलो, मग तो वनखात्याचा असो, जंगलाचा असो, नदी-नाल्याचा असो, वातावरणाचा असो, आकाशाचा असो, एखादे यंत्र तयार करण्याचा असो, स्वयंपाकघरातील व्यवस्थेचा असो, शिक्षणपद्धतीचा असो किंवा समाजधारणेचा असो, त्यासाठी मेंदूरूपी संगणकाची आवश्यकता असतेच.

गणेश ही एक संकल्पना आहे. श्री गणेश ही एक स्वयंभू देवता आहे; परंतु प्रत्येकाला तिच्याशी संपर्क साधता यावा, प्रार्थना करता यावी यासाठी पंचमहाभूतांच्या साह्याने जी मूर्ती पार्थिव रूपात साकार होते, ती गणपती म्हणून प्रसिद्ध आहे. त्याचप्रमाणे संपूर्ण यंत्रव्यवस्था असणारा आणि सर्व विभाग असणारा संगणक किंवा स्मार्ट फोनसुद्धा पार्थिवातच येतो. एकदा का श्री गणपतीचे पूजन केले की सर्व सृजन करणारेही तेच, विघ्न हरणारेही तेच, कार्य तडीला नेणारेही तेच असतात. तशाच प्रकारे संगणकसुद्धा प्रत्येक गोष्ट कशी सुरू करायची, तडीला कशी न्यायची, त्यात कुठली विघ्ने येऊ शकतात व ती कशी दूर करायची हे सुचवू शकतो.

संत ज्ञानेश्वरांनी 'ज्ञानेश्वरी'ची सुरुवात श्री गणेशवंदनाने केलेली आहे,

'ॐ नमो जी आद्या वेद प्रतिपाद्या,
जय जय स्वसंवेद्या आत्मरूपा,
देवा तूचि गणेशु सकल मति प्रकाशु,
म्हणे निवृत्ती दासु अवधारिजो जी'

शरीर तयार होताना सुरुवातीला असते फक्त एक पेशी आणि त्यातून एकाच्या दोन, दोनाच्या चार असे करत संपूर्ण शरीराचा विकास होतो. हा विकास होत असताना सर्वप्रथम तयार होतो तो मेंदू व मेरुदंड. कॉम्प्युटरमध्येही प्रोसेसर सर्वप्रथम असतो व त्याच्याभोवती इतर सर्व योजना केलेली असते आणि मगच त्याचा उपयोग करून घेणे शक्य असते. श्री गणपती हा वाचस्पती आहे; म्हणजेच तो एकमेकांशी संवादासाठी आवश्यक आहे, तसेच कॉम्प्युटरमध्येसुद्धा स्वतः तयार केलेल्या संकल्पनेशी संवाद, बाह्य जगताशी संवाद, इतरांशी संवाद, मग तो वाणीने असो, दृश्य-संवाद असो किंवा अजून कोणत्याही प्रकारे केलेला असो, पण संवादाची मोठी सोय अस्तित्वात असलेली दिसते.

खरे पाहता श्री गणपती ही एक दैवी संकल्पना आहे. ही दैवी संकल्पना आकारात आणताना एक सुपारीसारखी ग्रंथी किंवा लिंगस्वरूप पाषाण हाच आकार पुरेसा ठरला व पार्थिवाची सुरुवात झाली. एखादा तेजोमय आणि इतर दगडांपेक्षा जास्त आणि विशेष प्रकारची स्पंदने देणारा पाषाण घेऊन त्यावर श्री गणपतीचे आवाहन केले, तर असा स्वयंभू गणपती प्रार्थनेसाठी अधिक उपयोगी ठरतो. या स्वयंभू स्थानातील देवतांचे विसर्जन होत नाही आणि त्यांपैकी महाराष्ट्रातील अत्यंत जागृत अशी अष्टविनायकाची स्थाने प्रसिद्धच आहेत.

श्री गणेशाची निर्मिती कशी झाली?

आदिशक्ती पार्वतीने विशिष्ट उटण्यापासून, तेही अत्यंत शुद्ध व सुगंधित असे, ज्याला आपण स्फटिक चूर्ण म्हणू, मूर्ती तयार केली. ती स्वतः आदिशक्ती असल्याने त्या मूर्तीला शक्तीचा स्पर्श देऊन श्री गणपती सशरीर झाले. प्रवेशद्वारावर किंवा गेट-वेवर पहारा देऊन कोणालाही आत सोडू नये, अशी आज्ञा मिळालेली असताना गणेशाने प्रत्यक्ष आदिसंकल्पना आणि शक्तीला प्रकट होण्यासाठी आवश्यक असणाऱ्या शिवस्वरूप भगवान शंकरांना प्रवेशास आडकाठी केली, तेव्हा संपूर्ण रचनेतील उणीव दूर करण्यासाठी वेगळ्या संस्कारांची आणि

संकल्पनेची आवश्यकता भासली. म्हणून मग त्या वेळी मोठे मस्तक असलेले गजानन अस्तित्वात आले. संगणकाच्या बाबतीतही क्रमाक्रमाने जास्त गतिमान, अधिक स्मृती, संवेदनशील निर्णयक्षमता व अधिक सोयी देणाऱ्या अशा हार्ड ड्राईव्ह आणि प्रोसेसर बसवता येऊ शकला हे सर्वज्ञात आहेच. गजानन किंवा लंबोदर या नावांवरूनही हा बोध होऊ शकतो. संगणकाला स्मार्ट करण्यामध्ये त्याचा संपूर्ण आकारच छोटा, त्याहून छोटा, त्याहूनही छोटा करण्यात यश मिळाले आणि अगदी खिशात मावेल असा स्मार्ट टेलिफोन उपलब्ध झाला. कॉम्प्युटरमध्ये मुख्य केंद्रात स्फटिकापासून बनवलेली क्रिस्टल चिप असते.

मनुष्यमात्राला स्वतःच्या विश्वात पंचेन्द्रियांना समजणारे अस्तित्व व आकार असले तर बरे वाटणे साहजिक आहे, आणि म्हणून त्याने श्री गजाननाला मानव रूप दिले. या मूर्तीचे डोके मोठे आहे, पोट विशाल म्हणजे लंबोदर आहे. श्री गजाननाला सोंड आहे म्हणजे त्याला जे काही द्यायचे आहे ते दुरून देता येते. प्रत्यक्ष अगदी तोंडात, जसे आपल्याला घास तोंडाजवळ नेऊन द्यावा लागतो, तसे करण्याची आवश्यकता नसते. त्याचप्रमाणे कॉम्प्युटरसुद्धा दुरून चालवता येऊ शकतो, मग तो इन्फ्रारेड किरणांच्या साह्याने असो, ब्लू-टूथने असो, रिमोटने असो, सेन्सॉरने असो किंवा की-बोर्डने असो.तसेच कॉम्प्युटरला लावलेले स्पीकर्स, त्याचे मायक्रोफोन, त्याचे कॅमेरे कुठेही दूर बसवता येतात. श्री गणपतीचे कान तर सतत हलतच असतात. आपल्या आजूबाजूला घडणारे प्रसंग जसे आपले डोळे लगेच उचलतात, कानसुद्धा ऐकण्यासाठी तत्पर होतात, तसे श्री गणपतीच्या कानाद्वारे सर्व माहिती तत्परतेने उचलली जावी म्हणून त्याचे कान हत्तीसारखे मोठे आहेत. श्री गणपतीपर्यंत पोहोचवायची सर्व माहिती दुरूनच, त्याच्या डोळ्यांद्वारे, कानांद्वारे किंवा स्पंदनांद्वारे पोहोचवता येते.

आपण म्हणतो, की श्री गणपतीचे वाहन हे उंदीर आहे. संगणकाचे वाहनही माउसच आहे. काही विशेष अडचण आली, तर या माउसचा उजव्या बाजूचा एक दात (राइट क्लिक) वापरता येतो. श्री गणपतीचाही एक दात मोडलेला दाखवला जातो. या मागेही अडचणीवर तातडीने मात करण्याचाच उद्देश होता. या विषयीची कथा आपण पुढे पाहणार आहोत. श्री गणपती वक्रतुंड आहे; म्हणजे त्याला काही दुःख आहे म्हणून त्याचे तोंड वाकडे आहे असे नव्हे, तर सामान्यतः शरीराच्या रचनेचा विचार केला तर डोक्यापासून ते पायापर्यंत सर्व अवयव एका रेषेत असतात, श्री गणपतीची सोंड मात्र ही मध्यरेषा सोडून उजव्या किंवा डाव्या बाजूला पोहोचू शकते. यातही श्री गणेशांचे संगणकाशी साधर्म्य दिसून येते.

श्री गणपती मोदकप्रिय आहेत. मोदक बनवताना ते एका विशिष्ट तापमानामध्ये उकडले जातात. त्यातील सारणात गूळ, खोबरे, सुका मेवा वगैरे अनेक गोष्टी भरलेल्या असतात. असे हे मोदक अख्खेच्या अख्खे श्री गणपतीला अर्पण करण्याची पद्धत असते. संगणकातही वेगवेगळे ॲप्स, वेगवेगळ्या कार्यासाठी छोटे छोटे प्रोग्राम तयार करून लोड करून ठेवलेले असतात. यातूनच संगणक आपल्याला नाना प्रकारची कामे करून देऊ शकतो. अर्थात संगणकाची तुलना माणसाशी किंवा माणसाच्या मेंदूशी करता येणार नाही. तशी ती करूही नये. संगणक निर्जीव असून तो बाह्यशक्तीवर चालणारा, तर मेंदू सजीव असून तो अंतर्शक्तीवर चालणारा आहे. श्री गणपती तर प्रत्यक्ष चैतन्यस्वरूप, आत्मप्रकाशी परमात्मा होय.

श्री गणपतीची सर्वांच्या परिचयाची एक कथा म्हणजे पृथ्वीप्रदक्षिणेची कथा. त्याने आईवडिलांभोवती प्रदक्षिणा केली आणि मी पृथ्वीप्रदक्षिणा केली असे म्हणून जो आत्मविश्वास दाखवला त्यामुळे त्याला मोठेपण मिळाले. प्रथम पूजनीय म्हणून त्याला सर्वांनी स्वीकारले. कार्तिकेय स्वामी हे त्याचेच मोठे भाऊ. त्यांनी मात्र मोरावर बसून खरोखरीची पृथ्वीप्रदक्षिणा करायला घेतली आणि साहजिकच ते श्री गणेशापेक्षा उशिरा पोहोचले, त्यामुळे त्यांना प्रथम मानाचे पद मिळू शकले नाही. संगणकसुद्धा स्वतःची जागा न सोडता संपूर्ण जगाची माहिती करून घेऊ शकतो. मनुष्य एका ठिकाणी उभा राहून हातातल्या फोनवर, जो एक प्रकारचा छोटा संगणकच असतो, त्यावर संपूर्ण जगात काय होते आहे ते पाहू शकतो. संगणकाचे आणि श्री गणेशाचे साधर्म्य या कथेतूनही दिसून येते.

श्री गणपती हा जसा स्मृतिदाता, बुद्धिदाता असतो, त्याप्रमाणे संगणकामध्येही स्मृतीला खूप महत्त्व असते. संगणकातील स्मृती जितकी जास्त तितकी तिच्या मदतीने ताबडतोब आणि जलद गतीने माहिती मिळवता येते. जे जे मनोवांछित असेल ते सर्व श्री गणपतीच्या प्रार्थनेने मनुष्याच्या जीवात्म्याला त्याच्या उन्नतीसाठी, आत्मसमाधानासाठी, यशप्राप्तीसाठी, तेजाच्या प्राप्तीसाठी मिळू शकते. म्हणजेच मेंदूमधील कॉर्टेक्स या भागातील जी सर्व केंद्रे आहेत, त्यांना सहकार्य देण्याचे काम श्री गणपतीच्या उपासनेमुळे म्हणजेच नादशक्तीमुळे होऊ शकते. मेंदूमध्येच मनाचेही वास्तव्य असते, या सगळ्यांना श्री गणपतीच्या सहकार्याची आवश्यकता असते. अगदी याचप्रमाणे संगणकाच्या मदतीनेही आपल्याला जे काही करायचे असेल ते करता येते. संगणकाच्या मदतीने सध्या एखाद्या वस्तूचे नुसते चित्रच काढता येते असे नाही, तर संगणक ती वस्तू त्रिमितीय स्वरूपात तयारही करून

देऊ शकतो. अर्थात संगणकाची तुलना माणसाशी किंवा माणसाच्या मेंदूशी करता येणार नाही. तसे पाहता, श्री गणपतीची तुलना कशाशीही करणे असंभव आहे आणि अशी तुलना करूही नये. संगणक निर्जीव, बाह्यशक्तीवर चालणारा तर मेंदू सजीव, अंतर्शक्तीवर चालणारा आणि श्री गणपती तर प्रत्यक्ष चैतन्यस्वरूप, आत्मप्रकाशी परमात्मा होय.

श्री गणपती ही अग्नीशक्तीप्रधान देवता असल्याने ती उष्ण असणे साहजिक आहे, त्याला थंड ठेवण्यासाठी दूर्वांचा रस द्यावा लागतो. त्याचप्रमाणे संगणकालाही थंड ठेवण्यासाठी वातानुकूलित खोलीत ठेवावे लागते. संगणकाला उन्हात ठेवता येत नाही, अग्निजवळ ठेवता येत नाही. त्याचा पंखा नीट चालत राहील याकडे लक्ष ठेवावे लागते. फोनवर बोलत असतानाही फोन इतका तापू देता येत नाही. की त्यामुळे आपला कान तापून कानाच्या नसा खराब होऊ शकतील. संगणक आणि श्री गणपती यांच्यामध्ये हेसुद्धा मोठे साधर्म्य आहे.

श्री गणपतीची उपासना करून जसे आपले मनोवांछित पूर्ण करता येते, तसेच संगणकाच्या माध्यमातून आपल्याला वैयक्तिक स्तरावर स्मार्ट होता येईल. इतर सर्व योजनाही स्मार्टपणे अस्तित्वात आणता येतील. स्मार्ट शहरे निर्माण करता येतील. अर्थात त्यासाठी जीवनाची सुरुवात ही 'श्री गणेशाय नमः' हे शिकून व रोज सकाळी प्रथम गणेशवंदन करून नंतर स्वतःच्या संगणकावर त्या दिवसाचे हवामान, महत्त्वाच्या घडामोडी, महत्त्वाच्या भेटीच्या वेळा, अत्यावश्यक कामे यांची माहिती घेऊनच दिवसाची सुरुवात करावी लागते. शेवटी मनुष्य हा शांतताप्रिय आणि सुखप्रिय असतो आणि या दोन्हीही गोष्टी त्याला शरीरस्वास्थ्य, भौतिक प्रगती किंवा समृद्धी आणि आत्मशांती यातूनच मिळणार आहेत. परमेश्वरी बोध म्हणजे तेजात समर्पण करण्याने परमशांती अनुभवता येणार आहे.

श्री गणेश व संगणक यांच्यात फरक एवढाच, की संगणक हा पार्थिव स्वरूपामध्ये असतो, मात्र त्यातील तत्त्वे श्री गणेशांच्या संकल्पनेवर आधारित असतात. संगणक मर्यादित आहे, तसेच आपल्या शरीरातील मेंदूरूपी संगणकही, थोड्या प्रमाणात का होईना पण मर्यादित आहे. मात्र त्याला अमर्याद करण्यासाठी आपल्याला श्री गणेश संकल्पनेचा व त्याच्या कृपेचा उपयोग करून घ्यायचा आहे. बाह्य जगतामध्ये, पार्थिव जगतामध्ये कितीही विकास झाला, नाना तऱ्हेच्या सुविधा उत्पन्न झाल्या, तरी मनुष्याला त्याच्या मेंदूच्या एकूण कार्यक्षमतेवरच अवलंबून राहावे लागणार आहे. वर चढून जायचे आहे, त्यासाठी शिडीही आहे; पण शिडीचा उपयोग करून वर जाता येते ही कल्पना डोक्यात येणे आवश्यक असते. शिवाय,

शिडीवरून कसे चढायचे याची माहिती असावी लागते, त्यासाठी आवश्यक त्या संवेदना मेंदूतून उचलाव्या लागतात. त्याहीपेक्षा अधिक महत्त्वाचे म्हणजे मनुष्याचे एकूण वजन, त्याच्या गुडघ्यात असणारी शक्ती, शिडीवर चढण्यासाठी आवश्यक असणारा चपळपणा वगैरे मुद्यांवर, म्हणजे व्यक्तीच्या वैयक्तिक विकासानुसारच तो शिडीचा उपयोग करून घेऊ शकतो. तेव्हा संगणकाने कितीही मदत केली तरी शरीरस्थ गणेशविद्येचा अभ्यास करून, त्यावर श्रद्धा दृढ करून, श्री गणपतीच्या कृपेनेच बाह्यविश्वाचा आनंद घेता येऊ शकेल. हे लक्षात घेतले, की श्री गणपती म्हणजे निव्वळ संगणक नव्हे हे समजू शकेल.

सध्या काळ बदलला आहे. जणू सध्याचे युग हे संगणकाचे युग आहे. मग या आधुनिक युगात गणपती का आणायचा, त्याचा उत्सव का साजरा करायचा, पार्थिव गणपतीचे वा स्वयंभू गणपतीचे पूजन का करायचे, असे प्रश्न मनात येऊ शकतात. मात्र यावर विचार करत असताना एक लक्षात येईल, की सर्वप्रथम फक्त श्री गजाननच असतात. या श्री गजाननाची आपल्याला माहिती व्हावी, त्यांची संकल्पना लक्षात यावी यासाठी संगणक हा केवळ एक दृष्टांत म्हणून योजलेला आहे. संगणकाची उपमा घेऊन, त्याची कार्यपद्धती समजून घेऊन आपण श्री गणेशाला समजून घेण्याचा प्रयत्न करतो आहोत. बाह्यविकासासाठी संगणकाची जशी गरज आहे, तसेच प्रत्येकाने काही वेळ स्वतःला देऊन स्वतःमध्ये असलेल्या गणेशदेवतेची गणेशविद्येच्या साहाय्याने उपासना करावी आणि सुखी जीवनाचा अनुभव घ्यावा.

संगणक बाह्यजगतातील व्यवस्थापनासाठी वापरता येतो. यामुळे काही प्रमाणात विजय व सुख मिळू शकते. पार्थिव गणेश म्हणजेच मेंदूरूपी संगणकाची प्रसन्नता जीवनात सुख, समृद्धी, मनःशक्ती, मनःशांती, यश व समाधान देणारी असते. आणि स्वयंभू श्री गणेश आत्मसमाधान, परमानंद, श्रेयस, श्रद्धा, कल्याण, आत्मशांती देणारा असतो. म्हणून संगणक, पार्थिव गणेश व स्वयंभू श्री गणेश देवता या सर्वांची उपासना आवश्यक असते.

॥ ॐ सं गणकाय नमः ॥

श्री गजाननाची आपल्याला माहिती व्हावी, त्यांची संकल्पना लक्षात यावी यासाठी संगणक हा केवळ एक दृष्टांत म्हणून योजलेला आहे. संगणकाची उपमा घेऊन, त्याची कार्यपद्धती समजून घेऊन आपण श्री गणेशाला समजून घेण्याचा प्रयत्न करतो आहोत. बाह्यविकासासाठी संगणकाची जशी गरज आहे, तसेच प्रत्येकाने काही वेळ स्वतःला देऊन स्वतःमध्ये असलेल्या गणेशदेवतेची गणेशविद्येच्या साहाय्याने उपासना करावी आणि सुखी जीवनाचा अनुभव घ्यावा.

ब्रह्मणस्पतीची प्रार्थना

बाळाच्या तोंडातून जन्मानंतर प्रथम जे काही आवाज निघतील, त्यावर मातापित्याचे बारीक लक्ष असते. 'आज एकदम तो 'आई' म्हणाला' किंवा 'आज तो 'बाबा' म्हणाला', 'मा मा म्हणता म्हणता एकदम 'मम्मा' म्हणाला', अशा तऱ्हेने बाळाच्या तोंडचे शब्द ऐकण्यासाठी घरातल्यांचे कान आतुर असतात. बाळाचे असे गोडगोड, बोबडे बोल ऐकता ऐकता त्याचे बालपण कधी संपते तेच आईवडिलांना कळत नाही.

वाणीवरती सर्व जगाचा व्यवहार अवलंबून असतो. कारण आपण एकटे नाही आहोत, तर संपूर्ण जग आपल्याबरोबर आहे हे केवळ संभाषणातूनच किंवा एकमेकांशी संपर्कातूनच माणसांना कळत असते. या संभाषणाचा, संपर्काचा आनंद अवर्णनीय असतो. यासाठी सर्वांत मोठे आणि महत्त्वाचे माध्यम आहे आवाज, शब्द आणि भाषा. लेखन हेपण आवाजाचेच चित्रीकरण असते. म्हणूनच श्री गणपती हा जसा वाचस्पती आहे, तसाच तो महाभारत लिहिणारा उत्तम लेखनिकही आहे.

आपले मूल बोलत नाही असे कळले, तर सगळ्यांची तारांबळ उडते. अनेक प्रकारच्या तपासण्या, स्पीच थेरपिस्टकडे जाणे वगैरे प्रयत्न सुरू होतात. बहिरा व मुका, म्हणजे कानाने ऐकू न येणे व तोंडाने बोलता न येणे अशा दोन गोष्टी एकत्र

असण्याचा संभव खूप असतो. ऐकणे व बोलणे या दोन्ही गोष्टी एकाच शक्तीद्वारा नियंत्रित होतात असे म्हणायला हरकत नाही.

मेंदूमध्ये बोलण्यासाठी एक केंद्र असते. मेंदूत साठवलेली माहिती व अनुभव गोळा करून संभाषण करणे, पाहिलेल्या वस्तूंचे शब्दांत रूपांतर करणे, आजूबाजूची मंडळी काय बोलतात याचा विचार करून हा नाद शब्दरूपाने पुन्हा स्मृतीत साठवणे हे सर्व काम या केंद्रामार्फत चालते. या केंद्राची संकल्पना, या केंद्राची शक्ती, या केंद्राचा अधिपती म्हणजेच वाचस्पती - गणपती. जवळजवळ संपूर्ण जीवनाचे सूत्र हातात आल्यासारखे वाणीचे सामर्थ्य असते. मेंदूतील इतर केंद्रे, स्मृती केंद्रे तसेच हृदयाचे धडधडणे, श्वासोच्छ्वास, बोलणे, चालणे वगैरे सर्व हालचालींचे नियंत्रण विचारांवर अवलंबून असते. विचार हे सुद्धा शब्दरूपच असतात, पण विचारांना अजून ध्वनी प्राप्त झालेला नसतो. या सर्वांचा अधिपती हा वाचस्पती, गणपती आहे व त्यालाच ब्रह्मणस्पती म्हटले तर त्यात आश्चर्य काय? इतकेच नव्हे तर सर्व प्रकारच्या हालचाली करण्यासाठी, विचार करण्यासाठी, ज्या केंद्रांना मेंदूमध्ये सूर्याचे नाव दिले, चंद्राचे नाव दिले, त्या देवताही तूच आहेस असे श्री गणपतीला म्हटलेले आढळते. विचार करताना, बोलताना एकचित्त होणे, एकाग्र होणे खूप गरजेचे असते. सर्व विचारांना योग्य जागी घेऊन जाण्याचे काम मन करत असते. पण मन हे वाहन आहे, ते विचारांना इकडेतिकडे फिरवते. एकदा प्रवासात असताना बरोबर असलेल्या एका गृहस्थांना मळमळत असल्याने त्यांनी ड्रायव्हरला सांगितले, की रस्त्यात कुठे औषधाचे दुकान दिसते आहे का हे पाहा. तर अशा वेळी, उजव्या बाजूला दुकान असताना डाव्या बाजूला पाहणे आणि डाव्या बाजूला दुकान असताना उजव्या बाजूला पाहणे, पुढे गेल्यावर ‘अरे, आता गेले दुकान’ असे म्हणण्यापलीकडे काम होत नाही असे दिसते. मनाचेही तसेच आहे. मन मेंदूला सारखे फिरवत ठेवते असे म्हणण्यापेक्षा, मेंदूतल्या सर्व केंद्रांमध्ये व बाह्यजगतात मन अगदी अनिर्बंध फिरत राहते. असे असताना निर्णय घेणार कसा? एका विचारावर येणार कसे? एका विचारावर आल्याशिवाय शब्द वा कल्पना उच्चारणार कशा?

तेव्हा एक गोष्ट लक्षात घ्यायची, की निर्णय घेण्यासाठी विवेकाची म्हणजे मन एका ठिकाणी स्थिर होण्याची आवश्यकता असते. मन एका ठिकाणी स्थिर होण्यापूर्वी, मनाने निर्णय घेण्यापूर्वी ते सर्व ठिकाणी फिरून येण्याची आवश्यकता असते. म्हणजे सर्व माहिती तर मिळवायची आणि तरी त्यातील बरे-वाईट, श्रेयस-प्रेयस याचा विचार करून निर्णय घ्यायचा. यासाठी पाहिजे एकाग्रता, निश्चलता आणि मुख्य म्हणजे निर्णय घेण्याची क्षमता म्हणजे विवेकबुद्धी.

श्री गणपती या देवतेसाठी व त्याच्या संपर्कासाठी, त्याचा आशीर्वाद मिळविण्यासाठी जी योजना केलेली आहे, जे मंत्र लिहिलेले आहेत, त्याचे नाव आहे अथर्वशीर्ष.

अथर्वशीर्ष याचा अर्थ साध्या भाषेत 'डोके शांत आहे का?' असा होतो. अथर्व म्हणजे न हलणारे, इकडे तिकडे न फिरणारे, थरकाप न होणारे आणि शीर्ष म्हणजे डोके. डोक्याचा म्हणजेच मेंदूचा मुख्य अधिकारी असणारा ब्रह्मणस्पती ही विवेकाची, बुद्धीची देवता आहे. तिच्या साह्यानेच कार्य सोपे होऊ शकते, अन्यथा अडचणी येऊ शकतात. या देवतेला प्रसन्न करण्यासाठी एका बाजूने सर्व माहिती मिळवणे व दुसऱ्या बाजूने विवेकासाठी स्थिर होणे आवश्यक असते. असे व्हावे यासाठी अथर्वशीर्ष या सूक्ताची योजना केली आहे. यामुळे व्यक्तीचा मेंदू घडत जातो, अशा कार्यपद्धतीची सवय होते आणि यातूनच व्यक्तीचे कल्याणही होते. तसे पाहता हत्तीचे डोके, कान व सर्व शरीरच सारखे डोलत असते आणि म्हणूनच हे हत्तीचे डोके श्री गजाननाला अर्पण केले, की त्याचे होते अथर्वशीर्ष. मूळच्या फिरण्याच्या सवयीने निमिषमात्रात जगप्रदक्षिणा करून मिळालेल्या माहितीतून योग्य निर्णय घेऊन श्रेयस-प्रेयस व योग्य-अयोग्य ठरवून त्यावर ठाम होणे ही सदसद्विवेकबुद्धी म्हणजे श्री गणेश.

मेंदूमध्ये बोलण्यासाठी एक केंद्र असते. मेंदूत साठवलेली माहिती व अनुभव गोळा करून संभाषण करणे, पाहिलेल्या वस्तूंचे शब्दांत रूपांतर करणे, आजूबाजूची मंडळी काय बोलतात याचा विचार करून हा नाद शब्दरूपाने पुन्हा स्मृतीत साठवणे हे सर्व काम या केंद्रामार्फत चालते. या केंद्राची संकल्पना, या केंद्राची शक्ती, या केंद्राचा अधिपती म्हणजेच वाचस्पती – गणपती.

ॐ गं गणपतये नमः । ॐ गं गणपतये नमः । ॐ गं गणपतये नमः । ॐ गं गणपतये नमः
ॐ गं गणपतये नमः । ॐ गं गणपतये नमः । ॐ गं गणपतये नमः । ॐ गं गणपतये नमः
ॐ गं गणपतये नमः । ॐ गं गणपतये नमः । ॐ गं गणपतये नमः । ॐ गं गणपतये नमः

श्री गणेश विज्ञान

ॐ गं गणपतये नमः । ॐ गं गणपतये नमः । ॐ गं गणपतये नमः । ॐ गं गणपतये नमः
ॐ गं गणपतये नमः । ॐ गं गणपतये नमः । ॐ गं गणपतये नमः । ॐ गं गणपतये नमः
ॐ गं गणपतये नमः । ॐ गं गणपतये नमः । ॐ गं गणपतये नमः । ॐ गं गणपतये नमः
ॐ गं गणपतये नमः । ॐ गं गणपतये नमः । ॐ गं गणपतये नमः । ॐ गं गणपतये नमः
ॐ गं गणपतये नमः । ॐ गं गणपतये नमः । ॐ गं गणपतये नमः । ॐ गं गणपतये नमः
ॐ गं गणपतये नमः । ॐ गं गणपतये नमः । ॐ गं गणपतये नमः । ॐ गं गणपतये नमः

श्री गणपती अथर्वशीर्ष

श्री गणेशाय नमः ।
ॐ गँ गणपतये नमः ।

ॐ भद्रं कर्णेभिः श्रुणुयाम देवा
भद्रं पश्येमाक्षभिर्यजत्राः
स्थिरैरंगैस्तुष्टुवांसस्तनूभिः
व्यशेम देवहितं यदायुः ।।
ॐ स्वस्ति न इन्द्रो वृद्धश्रवाः
स्वस्ति नः पूषा विश्ववेदाः ।
स्वस्ति नस्तार्क्षो अरिष्टनेमिः
स्वस्ति नो बृहस्पतिर्दधातु ।।
ॐ सह ना ववतु । सह नौ भुनक्तु । सह वीर्यं करवावहै ।
तेजस्वि नावधीतमस्तु मा विद्विषावहै ।
ॐ शान्तिः शान्तिः शान्तिः ।

श्री गणेशाय नमः ।
हरिः ॐ ।
नमस्ते गणपतये । त्वमेव प्रत्यक्षं तत्त्वमसि । त्वमेव केवलं कर्ताऽसि । त्वमेव केवलं धर्ताऽसि । त्वमेव केवलं हर्ताऽसि । त्वमेव सर्वं खल्विदं ब्रह्माऽसि । त्वं साक्षादात्माऽसि नित्यम् ।।१ ।।

ऋतं वच्मि । सत्यं वच्मि ।।२।।
अव त्वं माम् । अव वक्तारम् । अव श्रोतारम् ।
अव दातारम् । अव धातारम् ।
अवानूचानमवशिष्यम् । अव पश्चात्तात् । अव पुरस्तात् ।
अवोत्तरात्तात् । अव दक्षिणात्तात् । अव चोर्ध्वात्तात् । अवाधरात्तात् ।
सर्वतो मां पाहि पाहि समन्तात् ।।३।।

त्वं वाङ्मयस्त्वं चिन्मयः । त्वमानन्दमयस्त्वं ब्रह्ममयः ।
त्वं सच्चिदानन्दाद्वितीयोऽसि । त्वं प्रत्यक्षं ब्रह्माऽसि ।
त्वं ज्ञानमयो विज्ञानमयोऽसि ।।४।।

सर्वं जगदिदं त्वत्तो जायते । सर्वं जगदिदं त्वत्तस्तिष्ठति ।
सर्वं जगदिदं त्वयि लयमेष्यति । सर्वं जगदिदं त्वयि प्रत्येति ।
त्वं भूमिरापोऽनलोऽनिलो नभः । त्वं चत्वारि वाक्पदानि ।।५।।

त्वं गुणत्रयातीतः । त्वं देहत्रयातीतः । त्वं कालत्रयातीतः ।
त्वं मूलाधारस्थितोऽसि नित्यम् । त्वं शक्तित्रयात्मकः ।
त्वां योगिनो ध्यायन्ति नित्यम् ।
त्वं ब्रह्मा त्वं विष्णुस्त्वं रुद्रस्त्वमिन्द्रस्त्वमग्निस्त्वं वायुस्त्वं सूर्यस्त्वं
चन्द्रमास्त्वं ब्रह्म भूर्भुवः स्वरोम् ।।६।।

गणादिं पूर्वमुच्चार्य वर्णादिं तदनन्तरम् । अनुस्वारः परतरः ।
अर्धेन्दुलसितम् । तारेण रुद्धम् । एतत् तव मनुस्वरूपम् ।
गकारः पूर्वरूपम् । अकारो मध्यमरूपम् ।
अनुस्वारश्चान्त्यरूपम् । बिन्दुरुत्तररूपम् । नादः सन्धानम् ।
संहिता सन्धिः । सैषा गणेशविद्या । गणक ऋषिः । निचृद्गायत्री छन्दः ।
गणपतिर्देवता । ॐ गं गणपतये नमः ।।७।।

एकदन्ताय विद्महे । वक्रतुण्डाय धीमहि ।
तन्नो दन्ती प्रचोदयात् ।।८।।

एकदन्तं चतुर्हस्तं पाशमंकुशधारिणम् ।
रदं च वरदं हस्तैर्बिभ्राणं मूषकध्वजम् ।
रक्तं लम्बोदरं शूर्पकर्णकं रक्तवाससम् ।
रक्तगन्धानुलिप्ताङ्गं रक्तपुष्पैः सुपूजितम् ।
भक्तानुकम्पिनं देवं जगत्कारणमच्युतम् ।
आविर्भूतं च सृष्ट्यादौ प्रकृतेः पुरुषात् परम् ।
एवं ध्यायति यो नित्यं स योगी योगिनां वरः ।।९।।

नमो व्रातपतये । नमो गणपतये । नमः प्रमथपतये ।
नमस्ते अस्तु लम्बोदराय एकदन्ताय विघ्ननाशिने
शिवसुताय श्रीवरदमूर्तये नमः ।।१०।।

एतदथर्वशीर्षं योऽधीते । स ब्रह्मभूयाय कल्पते ।
स सर्वतः सुखमेधते । स सर्वविघ्नैर्न बाध्यते ।
स पञ्चमहापापात् प्रमुच्यते ।।११।।

सायमधीयानो दिवसकृतं पापं नाशयति ।
प्रातरधीयानो रात्रिकृतं पापं नाशयति ।
सायंप्रातः प्रयुञ्जानो अपापो भवति ।
सर्वत्राधीयानोऽपविघ्नो भवति ।
धर्मार्थकाममोक्षं च विन्दति ।।१२।।

इदमथर्वशीर्षमशिष्याय न देयम् ।
यो यदि मोहाद्दास्यति स पापीयान् भवति ।।१३।।

सहस्रावर्तनात् । यं यं काममधीते तं तमनेन साधयेत् ।
अनेन गणपतिमभिषिञ्चति । स वाग्मी भवति ।।१४।।

चतुर्थ्यामनश्नन् जपति स विद्यावान् भवति । इत्यथर्वणवाक्यम् ।
ब्रह्माद्यावरणं विद्यात् । न बिभेति कदाचनेति ।।१५।।

यो दूर्वांकुरैर्यजति स वैश्रवणोपमो भवति ।।१६।।

यो लाजैर्यजति स यशोवान् भवति ।
स मेधावान् भवति ।।१७।।
यो मोदकसहस्रेण यजति स वाञ्छितफलमवाप्नोति ।।१८।।

यः साज्यसमिद्भिर्यजति स सर्वं लभते स सर्वं लभते ।।१९।।

अष्टौ ब्राह्मणान् सम्यग्ग्राहयित्वा सूर्यवर्चस्वी भवति ।।२०।।

सूर्यग्रहे महानद्यां प्रतिमासंनिधौ वा जप्त्वा सिद्धमन्त्रो भवति ।
महाविघ्नात् प्रमुच्यते । महादोषात् प्रमुच्यते ।
महापापात् प्रमुच्यते ।।२१।।

स सर्वविद् भवति स सर्वविद् भवति । य एवं वेद ।
इत्युपनिषत् ।।२२।।

अथर्वशीर्षाचा सामान्य अर्थ आणि गूढार्थ

अथर्वशीर्षाच्या सुरुवातीला काही मंगलमंत्र, प्रार्थना म्हणायची पद्धत आहे. ही प्रार्थनाही सुंदर आहे. याचा पहिला मंत्र आहे, श्री गणेशाय नमः। श्री गणपतीला नमस्कार केल्यानेच, 'ॐ गँ गणपतये नमः' अशा तऱ्हेने त्याला मंत्ररूपाने, स्पंदनरूपाने आवाहन केल्यानेच पुढे सर्व मंगल सिद्ध होते.

यानंतरची पहिली प्रार्थना आहे,

> **ॐ भद्रं कर्णेभिः श्रुणुयाम देवा भद्रं पश्येमाक्षभिर्यजत्राः**
> **स्थिरैरंगैस्तुष्टुवांसस्तनूभिः व्यशेम देवहितं यदायुः ।।**

लौकिकार्थ (सर्वसामान्य प्रचलित अर्थ) - अध्ययन करताना आमच्या कानावर शुभ शब्द पडोत, आमच्या डोळ्यांना शुभ दृश्ये पाहायला मिळोत. देवा, आम्ही तुझी स्तुती करतो आहोत. आम्हाला बलवान शरीरावयव व इंद्रिये आणि दीर्घायुष्य प्राप्त होवो.

मथितार्थ (गूढार्थ) - (विषयाच्या मंथनातून सुचलेल्या कल्पना, केवळ हाच अर्थ आहे असे नव्हे)- मनुष्य ज्या वेळी अध्ययन किंवा अभ्यास करतो, काही तरी माहिती मिळवतो, त्या वेळी त्याच्या कानावर चांगली व योग्य माहिती पडणे आवश्यक असते. कारण आवश्यक ती व योग्य माहिती मिळण्यानेच तिचा उपयोग करता येतो. भूक लागलेली असताना हॉटेलचा पत्ता विचारल्यावर कुठल्यातरी भलत्याच हॉटेलचे नाव सुचविल्याने जेवणाचा विचका होऊ शकतो. तेव्हा चार

पत्ते मिळाल्यानंतर योग्य हॉटेलात जाण्याची सुबुद्धी व्हावी लागते. अर्थात, प्रत्येक वस्तूतील चांगुलपणा पाहणे, शुभ पाहणे हेही आवश्यक असते, म्हणून डोळ्यांना प्रत्येक वस्तूतील किंवा प्रसंगातील चांगले, शुभ तेवढेच दिसावे यासाठी हे देवा, आम्ही तुझी स्तुती करतो आहोत. आमचे शरीर आरोग्यवान होवो, आम्ही करत असलेले व परमेश्वराने योजलेले कर्मही आमच्याकडून व्यवस्थित होवो.

यानंतरची दुसरी प्रार्थना आहे,

ॐ स्वस्ति न इन्द्रो वृद्धश्रवाः स्वस्ति नः पूषा विश्ववेदाः ।
स्वस्ति नस्तार्क्ष्यो अरिष्टनेमिः स्वस्ति नो बृहस्पतिर्दधातु ।।

अपार कीर्ती असलेली इंद्रदेवता आमचे कल्याण करो. सर्व जगाला जाणणारा म्हणजेच प्रकाशमय करणारा सूर्यदेव आमचे कल्याण करो. अतिशय गतिमान असणारा गरुड पक्षी सर्व दिशांनी येणारी संकटे दूर करो. तसेच बृहस्पती देवही आमचे कल्याण करो.

गूढार्थ – इंद्रदेवतेला मनाची उपमा द्यायला हरकत नाही किंवा मन इंद्राच्या स्वाधीन असते असे म्हणायला हरकत नाही. मन सारखे फिरत असते. त्याची बाह्यजगतातील गती इंद्रियांमुळे काही अंशी बांधली जाते. पिंड-ब्रह्मांड न्यायाने संपूर्ण ब्रह्मांड आपल्या शरीरातही आहे. त्या ठिकाणी इंद्र सर्व माहिती गोळा करू शकतो. त्याची कीर्ती अफाट आहे, अपार आहे. अशा इंद्रकृपेने आमच्या मनाला प्रसन्नता लाभून आमच्या मनाने आमचे कल्याण करावे. 'मन करा रे प्रसन्न सर्व सिद्धींचे कारण' असे संत तुकाराम महाराजांनी म्हटलेले आहेच. स्पंदने सर्व ठिकाणी पसरतात. खोलीत दिवा लावल्यावर प्रत्येक कोपरा उजळून निघतो, प्रत्येक वस्तू प्रकाशित होते. तसेच सूर्य प्रकाशित झाला की सर्व विश्व प्रकाशित होते. त्याप्रमाणे आमच्या मेंदूतील सूर्य प्रकाशित होवो, जेणेकरून आम्हाला सर्व ठिकाणची माहिती मिळेल. आमच्या संपूर्ण शरीरात संवेदना वाहणाऱ्या चेतावाहिन्यांतील अडथळे श्री विष्णूचे वाहन असलेल्या गरुड देवतेच्या धाकाने दूर होवोत, पर्यायाने आमचे कल्याण होवो. कल्याणाचा मार्ग दाखविणारे सद्‌गुरु, बृहस्पती यांचे आम्हाला मार्गदर्शन मिळो व ते आमचे कल्याण करोत, म्हणजेच आम्हाला योग्य वेळी योग्य सल्ला मिळो.

किती सुंदर प्रार्थना आहे ही! या प्रार्थनेत केवढा उन्नत विचार केलेला आहे! माणसाचे कल्याण व्हावे असे वाटत असेल, तर कोणत्या गोष्टींची आवश्यकता असते याचा खोलवर विचार या प्रार्थनेत केलेला दिसतो.

याच्या बरोबरीने तिसरी महत्त्वाची प्रार्थना आहे,

ॐ सह ना ववतु। सह नौ भुनक्तु। सह वीर्यं करवावहै।
तेजस्वि नावधीतमस्तु मा विद्विषावहै।
ॐ शान्तिः शान्तिः शान्तिः।

ईश्वर आम्हा दोघांचे (प्रार्थना करणारा मी व जगातील इतर सर्व यांचे) रक्षण करो, पालनपोषण करो, सर्वांना शक्ती प्रदान करो, आमचे वीर्य (सप्तधातू, सारशक्ती) वृद्धिंगत करो. आम्ही सर्व तेजस्वी होवोत. कोणाचाही द्वेष न करो. तिन्ही पातळ्यांवर (आधिभौतिक, आधिदैविक, आध्यात्मिक) आम्हाला शांतीचा अनुभव मिळो.

गूढार्थ –एकट्याचे कल्याण अशी कल्पनाच नसते. माझ्याबरोबर सर्व जगाचे रक्षण परमेश्वराने करावे. सर्वांना योग्य अन्नपाणी मिळावे. त्या अन्नातील चांगली कल्याण करणारी शक्ती व विचार सर्वांपर्यंत पोहोचावेत. आम्हांला तेजस्वी होऊन आमच्या ध्येयापर्यंत, तेजरूप परमेश्वरात (जनताजनार्दनात) समर्पित होता यावे. मनातील द्वैत व द्वेष नष्ट व्हावा. अर्थात, आम्हाला शारीरिक, मानसिक, आध्यात्मिक या तिन्ही पातळ्यांवर शांतीचा अनुभव मिळावा, हीच तुझ्याजवळ प्रार्थना.

श्री गणेशाय नमः।
श्री गणपत्यथर्वशीर्षम्।
हरिः ॐ।

अथर्वशीर्षम् हे सूक्त-मंत्र श्री गणेशासाठीच म्हटले जात असले, तरी ते म्हणण्याआधी प्रथमपूज्य श्री गणेशाचे स्मरण करणे आवश्यक असते. तसेच प्रत्येक वेदमंत्राच्या सुरुवातीला 'हरिः ॐ' म्हणण्याची पद्धत असते. शेवटी जे काही सर्व आहे ते परमेश्वरालाच समर्पण करायचे आहे, ही त्यामागची भावना असते. ज्याप्रमाणे चित्रपट पाहण्यासाठी पडद्याची आवश्यकता असते, तसे ॐकाररूपी चैतन्याच्या पडद्यावरच हे सर्व घडते आहे याची जाणीव ठेवण्यासाठी ॐकाराची आठवण केली जाते आणि तसा उच्चारही केला जातो. वैयक्तिक उत्कर्ष व्हावा म्हणून बाहेर प्रार्थना करण्यासाठी असतो संगणक आणि गणेशमूर्ती, तर अंतः प्रेरणा आणि प्रार्थनेसाठी असतो मेंदू आणि स्वयंभू श्री गणेश. गणेशमूर्ती म्हणजे संगणक नव्हे आणि संगणक म्हणजे गणेशमूर्ती नव्हे. मात्र दोघांची कार्यपद्धती

एकच. श्री गणेश हा अनंतशक्ती असणारा आणि निर्गुण-निराकार, तर संगणक हा सगुण-साकार आणि भौतिक पातळीवर मदत करणारा. अथर्वशीर्ष मंत्रांच्या पठणाने किंवा श्रवणाने श्री गणेश संकल्पनेत असणाऱ्या वैश्विक शक्तीचा आशीर्वाद मिळू शकतो. त्याचप्रमाणे मेंदू आणि बाह्यजगतातील जड संगणक यांच्या कार्यपद्धतीशी संबंध सुधारतात व कार्य करणे सोपे आणि सिद्ध होते.

नमस्ते गणपतये । त्वमेव प्रत्यक्षं तत्त्वमसि।
त्वमेव केवलं कर्ताऽसि । त्वमेव केवलं धर्ताऽसि ।
त्वमेव केवलं हर्ताऽसि । त्वमेव सर्वं खल्विदं ब्रह्माऽसि ।
त्वं साक्षादात्माऽसि नित्यम् ।।१ ।।

श्री गणपतीला माझा नमस्कार. संपूर्ण वेदवाङ्मयामध्ये जे तत्त्व 'ते' म्हणून निर्देशित केले जाते, ते तत्त्व तुम्हीच आहात. संपूर्ण सृष्टीचे सर्व कार्य आपल्यामुळेच चाललेले आहे. हे देवा, आपण या सृष्टीचे धारण करता. आपणच या सृष्टीतील आकारांचा नाश करून सृष्टी मूळ परमतत्त्वात विलीन करता. खरे पाहताना श्री गणेश हेच सर्वव्यापक ब्रह्म आहे. म्हणून या सृष्टीचा मुख्य आस-आत्मा-आधार हा आपणच आहात.

गूढार्थ - श्री गणेश ही आदिदेवता असल्याने, कशाचीही सुरुवात असो, मग ती दिवसाची असो, एखाद्या कार्याची असो, विद्यारंभाची असो, प्रवासाची असो किंवा लग्नकार्याची असो, प्रथम गणपतीचे स्मरण करून त्याला नमस्कार केला जातो. या गणेशतत्त्वाच्या बाहेर काहीही नाही. वेद म्हणजे मनुष्यकल्याणासाठी सर्व सृष्टीतील ज्ञान ज्या एका ठिकाणी सांगून ठेवले आहे, त्याचे तत्त्वच श्री गणेश आहेत. आपल्याला हे तत्त्व दिसत नसले किंवा हे तत्त्व पंचेंद्रियगोचर नसले, तरी ते तत्त्व श्री गणपतीच आहे हे समजून घेऊन पुढे सर्व कार्य करायचे असते. श्री गणेश हे एखाद्या व्यक्तीसाठी ब्रह्मतत्त्व आहे, तसेच ते बाहेरच्या विश्वात संपूर्ण विश्व व्यापणारे परब्रह्मतत्त्वही आहे. हे श्री गणेशा, सृष्टी चालविण्याचे कार्य केवळ तुम्हीच करता, निर्माण झालेल्या सृष्टीचे धारण करण्याचे कामही तुम्हीच करता आणि या सृष्टीचा विलयही तुम्हीच करता.

सध्या बाह्यजगतासाठी स्मार्ट कॉम्प्युटरची योजना केलेली आहे व त्याच्याबाबतीतही हेच सूक्त कसे लागू पडते हेही पाहता येते. स्टँडबायवर असो वा बंद करून ठेवलेला असो, प्रथम संगणक चालू करावा लागतो. कुठलाही

प्रॉजेक्ट, कार्य किंवा दिवसाची सुरुवात त्यानेच व्हायला पाहिजे. कारण जे काही ठरविलेले आहे, जी काही योजना आहे ती सर्व त्याच्यातच आहे. नंतरचे सर्व कार्य कसे करायचे याच्याही सूचना त्याच्यात आहेत. त्यामुळे संपूर्ण कार्यक्रमाची, जीवनाची धुरा वाहण्यासाठी आवश्यक असणारे मार्गदर्शन संगणकच करतो व नंतर कार्यक्रम संपल्यावर आधी ठरविलेले सर्व त्याच्यातच समर्पण होते. जसे संगणकावर एखादे भांड्याचे चित्र तयार करायचे असले तर त्यासाठी माती संगणकच पुरवतो, त्याला जर रंग द्यायचे असले, तर तेही संगणकच पुरवतो. तयार झालेले भांडे जणू त्रिमितीत आहे असे वाटते. परंतु नंतर संगणक बंद करताना ते सर्व रंग आणि माती पुन्हा संगणकाच्या संकल्पनेतच विलीन पावते.

मेंदूचा उल्लेख ब्रह्म म्हणून केला जातो. मेंदू हा व्यक्तिगत संगणक आहे. तो सर्वव्यापी आहे आणि म्हणूनच तो शरीररूपी विश्वाचा मुख्य आस आहे. शरीर चालविणे, हृदयाचे ठोके चालू राहणे, सर्व चलनवलन-विचार-कर्म हे सर्व त्याच्यावरच अवलंबून असतात.

ऋतं वच्मि। सत्यं वच्मि ।।२।।

मी केवळ सत्य व सत्यच बोलतो आहे.

गूढार्थ - आपल्याला मनात कुठलाही संशय असता कामाचा नाही. मी हे जे काही बोलतो आहे ते त्रिकालाबाधित म्हणजे, सत्य, सत्य आणि सत्यच आहे असे मेंदूला ठासून सांगावे लागते, म्हणजे कुठल्याही तऱ्हेचा संशय न राहता आपल्याला कार्यसिद्धी करवून घेता येते. संशयाने सर्वनाश होतो असे शास्त्र सांगते. तेव्हा कार्यसिद्धीसाठी संशयरूपी व्हायरस हा नक्कीच नष्ट करावा लागतो.

अव त्वं माम्। अव वक्तारम्। अव श्रोतारम्।
अव दातारम्। अव धातारम्। अवानूचानमवशिष्यम्।
अव पश्चात्तात्। अव पुरस्तात्। अवोत्तरात्तात्।
अव दक्षिणात्तात्। अव चोर्ध्वात्तात्। अवाधरात्तात्।
सर्वतो मां पाहि पाहि समन्तात् ।।३।।

हे श्री गणेशा, आपण माझे रक्षण करावे. तुमच्या कीर्तीचे वर्णन करणाऱ्या वक्त्याचे रक्षण करावे. तुमचा महिमा ऐकणाऱ्या श्रोत्याचे रक्षण करावे. तुमचे ज्ञान

देणाऱ्या दात्याचे रक्षण करावे, ते ग्रहण करणाऱ्याचे रक्षण करावे. वेदाचा अभ्यास करणाऱ्या आपल्या शिष्याचे रक्षण करावे. पश्चिम, पूर्व, उत्तर, दक्षिण, ऊर्ध्व व अधर या सर्व दिशांनी सर्व आसमंतापासून माझे रक्षण करावे.

गूढार्थ – हे श्री गणेशा, आपण माझे रक्षण करावे. मला तुमचे वर्णन यथार्थपणे करता यावे यासाठी वक्ता असणाऱ्या माझे तुम्ही माझे रक्षण करावे. तुम्ही सांगितलेले, तुमच्याकडून ऐकलेले मी स्वीकार करावे यासाठी श्रोता म्हणून माझे तुम्ही रक्षण करावे. तुमचे कार्य करणे, तुमची स्तुती करणे व तुमच्याबरोबर काम करणे हीच माझी खरी संपत्ती आहे. ही अनमोल ठेव ज्या माझ्याकडे आहे, त्या माझे तुम्ही रक्षण करावे. तुम्ही दिलेले ज्ञान आत्मसात करणाऱ्या माझे तुम्ही रक्षण करावे. मी तुमची उपासना करणारा असल्याने माझे नाव गणेशभक्त आहे. या गणेशभक्ताचे तुम्ही रक्षण करावे. संपूर्ण जगताचे कल्याण करण्यासाठी सर्व माहिती ज्यात आहे, सर्वांचे अनुभवस्वरूप असा जो वेद आहे त्याचा अभ्यास, म्हणजे चिंतन-मनन करणारा जो मी आहे, त्याचे तुम्ही रक्षण करावे. मी आपला शिष्य आहे. आपण सांगाल त्याप्रमाणे मी सर्व करतो. अशा तुमच्या शिष्याचे तुम्ही रक्षण करावे. माझे आपल्याबरोबर जेव्हा कार्य चालेल त्या वेळी पूर्व, पश्चिम, उत्तर, दक्षिण, ऊर्ध्व व अधर या सर्व दिशांनी आपण माझे रक्षण करावे. या दिशांमध्ये असणाऱ्या नकारात्मकतेपासून माझे संरक्षण करावे, सर्व आसमंतापासून आपण माझे रक्षण करावे.

श्री गणपतीप्रमाणे मेंदूस्थित संगणकालाही ही प्रार्थना लागू पडते. म्हणजे हे संगणका, तू मला सर्व माहिती भराभर दे आणि योग्य तेच सांग, मी जे काही तुला सांगू इच्छितो ते तुला पूर्णपणे समजावे यासाठी वक्ता असलेल्या माझ्या वाणीचे तू रक्षण कर. तू दिलेली माहिती ऐकणारा, ग्रहण करणारा असा मी जो श्रोता आहे त्या श्रोत्याचे तू रक्षण कर. तुझ्या मदतीने मी जे सर्व काम करतो, त्यातूनच सर्व संपत्ती उत्पन्न होते, ही संपत्ती असणाऱ्या माझे तू रक्षण कर. तुझ्या साह्याने, तुझ्या शक्तीने अभ्यास करून मी माझे काम करतो, यश मिळवतो, अशा माझे तू रक्षण कर. गुरु-शिष्याचे नाते जसे पवित्र, व्यक्तिगत आणि विश्वासाचे असते तसे पासवर्डच्या मदतीने संगणक व संगणकाची मदत घेणाऱ्याचे नाते व्यक्तिविशिष्ट असते.

संगणकावर काम करत असताना येणारी माहिती, ज्ञानाचे तरंग हे संपूर्ण विश्वातून येत असतात. कधी ते दुसऱ्या सर्व्हरमधून आलेले असतील, कधी वाय-फाय किंवा ब्लू-टूथमार्फत आलेले असतील, कधी इन्फ्रारेड प्रकारच्या तरंगमाध्यमांनी पाठवलेले असतील किंवा इतर कोणत्याही मार्गाने आपल्यापर्यंत

पोहोचलेले असतील; पण ते कोणत्याही अडथळ्याशिवाय आणि पूर्ण शक्तीनिशी आपल्यापर्यंत पोहोचले, तर त्यांच्या मदतीने आपण चांगल्या प्रकारे काम करू शकतो. संगणक एका प्रकारे संपूर्ण आसमंताशी व आकाशतत्त्वाशी संपर्क ठेवण्यास, तसेच हवी ती माहिती पुरवण्यास सक्षम असतो. यातील योग्य काय, अयोग्य काय, श्रेयस काय, प्रेयस काय याचा मेंदूरूपी संगणकाने विवेक केला, तर त्यातून आपले रक्षण होणे शक्य होते.

त्वं वाङ्मयस्त्वं चिन्मयः । त्वमानन्दमयस्त्वं ब्रह्ममयः ।
त्वं सच्चिदानन्दाद्वितीयोऽसि । त्वं प्रत्यक्षं ब्रह्माऽसि ।
त्वं ज्ञानमयो विज्ञानमयोऽसि ।।४।।

हे श्री गणेश देवा, तुम्ही वाणीस्वरूप-वाचास्वरूप आहात, तुम्ही चैतन्यस्वरूप आहात, तुम्ही आनंदस्वरूप आहात व तुम्ही ब्रह्मस्वरूपही आहात. तुम्ही सच्चिदानन्दस्वरूप आहात, तुम्ही प्रत्यक्ष ब्रह्म आहात, तसेच तुम्ही ज्ञानस्वरूप, व विज्ञानस्वरूपही आहात.

गूढार्थ – या विश्वात ओतप्रोत असलेले जे चैतन्यतत्त्व किंवा जी शक्ती आहे त्या शक्तीचा आशीर्वाद मिळवून देणारे, आपल्याला शक्ती प्रदान करणारे हे श्री गणेश आहेत, त्याचप्रमाणे संगणकही आहे. आपल्याला संगणकाचे स्वरूप कळते ते त्यातून आलेल्या संदेशावरून, म्हणजे ध्वनीवरून, वाचेवरून. मजकूर समोर लिहिलेला असला तरी तो आतल्या आत वाचून, समजून घ्यावा लागतो, म्हणजे मजकुराचे शेवटी ध्वनीत रूपांतर होतेच. जसा मेंदूत असलेल्या श्री गणेशशक्तीचा आपल्याला प्राणशक्ती म्हणून लाभ मिळू शकतो, तसेच कोणत्याही कार्यासाठी योजना व चैतन्य, योजना व स्फूर्ती या सर्व गोष्टी आपल्याला श्री गणेशाकडून मिळू शकतात. श्री गणेशा, तुमचे स्वरूप नुसते कामापुरते नाही, तर तुम्ही आनंदस्वरूप आहात. तुम्ही सर्व कलांशी संबंधित आहात, सर्व प्रकारचे मनोवांछित पूर्ण करणारे आहात. तुम्ही ब्रह्मस्वरूप आहात म्हणजे एकूणच संपूर्ण विश्वातील सर्व कार्य करणाऱ्या देवतांना प्रसन्न करण्याआधी तुम्हाला प्रसन्न करण्याची आवश्यकता असते. या विश्वाला कारण असणारे, अनुभवाने जाणण्याजोगे जे तत्त्व आहे, जे सत्य, चित् (वर्तमानकालीन अस्तित्व) आणि आनंदस्वरूप आहे, ज्यातून सर्व विश्वाची उत्पत्ती होते, ज्यातून सर्व जीवन फुलते, असे तुमचे स्वरूप सच्चिदानंद असे आहे. हे गणेश देवा, तुम्ही पार्थिव स्वरूपात आहात, म्हणजे पंचमहाभूतांच्या

साह्याने तुम्ही प्रत्यक्ष आकारात येता. अशा प्रकारे तुम्ही ब्रह्म आहात. हेच वर्णन मेंदूरूपी संगणकाचे होऊ शकते, तसेच हेच वर्णन संगणकाचेही होऊ शकते. सर्व प्रकारचे ज्ञान, माहिती, स्मृती आपल्यापासूनच मिळतात; म्हणजेच आपणच ज्ञानस्वरूप, स्मृतिस्वरूप आहात. त्याचे विज्ञान, म्हणजे त्याच्यामागे असलेले तत्त्वसुद्धा आम्ही आपल्यामुळेच समजून घेऊ शकतो. म्हणजेच आपण विज्ञानस्वरूपही आहात.

सर्वं जगदिदं त्वत्तो जायते । सर्वं जगदिदं त्वत्तस्तिष्ठति ।
सर्वं जगदिदं त्वयि लयमेष्यति । सर्वं जगदिदं त्वयि प्रत्येति ।
त्वं भूमिरापोऽनलोऽनिलो नभः । त्वं चत्वारि वाक्पदानि ।।५।।

पृथ्वी, जल, अग्नी, वायू आणि आकाश ही पंचमहाभूते आपल्यापासूनच तयार झालेली आहेत आणि चार वाणी म्हणजे परा, पश्यन्ती, मध्यमा आणि वैखरी यासुद्धा आपणच आहात.

गूढार्थ - आधी संकल्पना, आधी विचार व मग आचार या नियमाप्रमाणे संपूर्ण जगाची उत्पत्ती तुमच्यापासूनच झालेली आहे. विश्वाचा सर्व व्यवहार तुमच्यामुळेच चालतो. म्हणजे अग्नीला हात लावायचा नसतो; पण तरीही अग्नी हाताळायचा असला तर तो कसा हाताळावा हे मेंदू विचारांमार्फत सांगू शकतो. अशाच प्रकारचे मार्गदर्शन संगणकही करू शकतो. संपूर्ण विश्व शेवटी आपल्यातच विलीन होते. याचाच अर्थ ते आपल्या जागी, आपापल्या ठिकाणी परत जाते. जसे कॅरम किंवा बुद्धीबळ खेळायचे असेल, तर बोर्ड बाहेर काढावा लागतो, सोंगट्या काढाव्या लागतात, बसायची व्यवस्था करावी लागते, बोर्डवर टाकण्यासाठी पावडर, स्ट्रायकर आणावा लागतो. ही सर्व जमवाजमवी झाल्यावर सोंगट्यांच्या साह्याने खेळ सुरू होतो, त्याचा आनंद घेता येतो. खेळाचे एक सूत्र असते, एक संकल्पना असते. ही संकल्पना अस्तित्वात आणण्यासाठी बोर्ड, काळ्या-पांढऱ्या सोंगट्या, राणी सोंगटी वगैरे, तसेच उंट, घोडा, राजा, प्यादी वगैरे गोष्टी नीट मांडून खेळ खेळला जातो. खेळ संपला की सोंगट्या एकत्र करून ठेवल्या जातात, बोर्ड उभा करून ठेवला जातो. उंट, घोडा वगैरे आपापल्या जागेवर जातात आणि खेळणाऱ्या व्यक्ती आपापल्या इतर उद्योगाला लागतात. ज्या प्रकारे खेळण्याच्या एका संकल्पनेतून हा सर्व विस्तार होतो व खेळ संपला की सर्व गोष्टी आपापल्या जागी परत जातात, तशा प्रकारे सर्व संसार आपल्यातच परत विलीन होतो. प्रत्यक्ष

खेळात वस्तू जड असतात, तेव्हा त्याची एकरूपता लवकर लक्षात येत नाही; पण संगणकाच्या खेळात सर्व व्हर्च्युअल - भासमय असते, ते संकल्पनेत सहज विलीन होऊन जाते.

पृथ्वी, जल, अग्नी, वायू व आकाश ही सर्व महाभूते तुमचीच रूपे आहेत. प्रत्यक्ष जड उत्पन्न होण्यापूर्वी जडाची व्याख्या तयार करावी लागते. म्हणजे प्रत्यक्ष जल अस्तित्वात येण्यापूर्वी जल कशाला म्हणायचे हे आधी ठरवावे लागते. कुठलीही वस्तू पाहिल्यावर मनुष्य 'हे काय आहे' असा विचार करतो, तेव्हा ते त्याला त्याच्या पूर्वानुभवातून कळत असते. म्हणून, हे देवा श्री गणेशा, सर्व पंचमहाभूते ही आपलीच रूपे आहेत. इतकेच नाही; परा, पश्यन्ती, मध्यमा व वैखरी या चारी वाणीही आपणच आहात. वैखरी आपणा सर्वांना परिचयाची असते. जी प्रत्यक्ष कानांनी आवाजरूपाने ऐकता येते, ग्रहण करता येते. एका विशिष्ट तरंगलांबीमध्ये असलेली शक्ती म्हणजे वैखरी. मनुष्य त्याच्या मुखामध्ये वेगवेगळ्या आघातांनी म्हणजे जिभेचा स्पर्श दातांना किंवा टाळूला करून किंवा ओठाचा स्पर्श ओठाला करून जी वाणी तयार करतो ती म्हणजे वैखरी.

परंतु, वैखरी उत्पन्न होण्यापूर्वी श्वासाची आवश्यकता असते, हा श्वास कुठून येतो? मनुष्याच्या आत असणारे स्पंदनकेंद्र अनाकलनीय असते. प्राण राहण्याच्या काही विशिष्ट जागा असल्या, तरी तो सर्व शरीराला व्यापून राहिलेला असतो. परमेश्वरी शक्ती म्हणजेच प्राणशक्ती आणि याच शक्तीमुळे मुळात स्पंदन म्हणजे धडधड ही क्रिया सुरू होते किंवा आकुंचन-प्रसरण झाल्याने लाट तयार होते. ही लाट जेथे तयार होते ती परावाणी. म्हणजे बोलायचे ठरविले तर परावाणीतूनच उगम यावा लागतो. उदा. एखाद्या डोंगरातून थोडे थोडे पाणी बाहेर येते, तेव्हा त्याला आपण झरा म्हणतो. झऱ्याच्या मागे डोंगरात पाण्याच्या साठ्याची शक्ती असते. झऱ्याचाच पुढे ओढा होतो, नंतर धबधबा होतो. धबधब्याचीच पुढे नदी होते. नदीचा पुढे तलाव होतो किंवा ती समुद्राला मिळते. अशा तऱ्हेने, वस्तू तीच असली तरी त्यात वेगवेगळ्या प्रकारची शक्ती व भाव मिळविले की त्याला वेगवेगळे स्वरूप येते. अशा प्रकारे परावाणी आपणच आहात. त्यानंतरची पश्यन्ती म्हणजे मुळातला एक जो विचार आहे, तो नेमका काय आहे? त्याचा आकार काय आहे? त्याची संकल्पना, त्याचा विषय काय आहे? त्याचा मथितार्थ काय आहे हे आधी डोळ्यांपुढे आणावे लागते. मग परावाणीतून आलेल्या लाटेला तशी दिशा देऊन ती पुढे जाते व यानंतर संस्कार करून ती पुढे कंठाकडे ढकलली जाते. या ठिकाणी वाणीला मध्यमा म्हणतात. शक्तीबरोबर शरीरात आलेल्या हवेवर

प्राणस्पंदने आरूढ करून ती हवा कंठात आल्यानंतर जीभ, टाळू, दात, ओठ यांचा आघाताचा वापर करून तयार होते वैखरी, म्हणजे शब्द प्रत्यक्ष बाहेर पडतो. अशा या चारही वाणी एकाच 'स्व'मधून प्रकट होतात.

त्वं गुणत्रयातीतः । त्वं देहत्रयातीतः । त्वं कालत्रयातीतः ।
त्वं मूलाधारस्थितोऽसि नित्यम् । त्वं शक्तित्रयात्मकः ।
त्वां योगिनो ध्यायन्ति नित्यम् । त्वं ब्रह्मा त्वं विष्णुस्त्वं
रुद्रस्त्वमिन्द्रस्त्वमग्निस्त्वं वायुस्त्वं सूर्यस्त्वं
चन्द्रमास्त्वं ब्रह्म भूर्भुवः स्वरोम् ।।६।।

हे श्री गणेश देवा, तुम्ही सत्त्व, रज व तम या तिन्ही गुणांच्या पलीकडे आहात. तुमच्यावर या गुणांचा परिणाम होत नाही. हे श्री गणेशदेवा, आपण जागृती, स्वप्न व सुषुप्ती या तीन अवस्थांच्या पलीकडे आहात. म्हणजे या तिन्ही अवस्थांमध्ये आपण अस्तित्वात असता. आपण स्थूल, सूक्ष्म व आनंदमय अशा तिन्ही शरीरांच्या पलीकडे आहात; तसेच आपण वर्तमानकाळ, भूतकाळ व भविष्यकाळ या तिन्ही काळांच्या पलीकडे आहात. तुम्ही मूलाधारामध्ये स्थित असता म्हणजे विश्वाचा आधार असलेल्या मूळ ठिकाणी आपण असता. उत्पत्ती, स्थिती व लय या तिन्हीला लागणारी शक्ती आपणच आहात. म्हणून योगी आपले ध्यान करतात. हे श्री गणेश देवा, ब्रह्मा, विष्णू, रुद्र, इंद्र, अग्नी, वायू, सूर्य, चंद्रमा, ब्रह्मांड, पृथ्वी, पाताळ, स्वर्ग ही सर्व आपलीच रूपे आहेत.

गूढार्थ – आपल्या मेंदूच्या ठिकाणी केंद्रित असलेल्या ह्या श्री गणेश देवतेला सत्त्व, रज, तम हे गुण बाधित करत नाहीत. ते या तिन्ही गुणांच्या पलीकडे असतात. त्यांच्यामुळे हे तिन्ही गुण प्रकट होऊ शकतात. शुद्ध सात्त्विक राहायचे, गोड बोलायचे, दुसऱ्यावर प्रेम करायचे असे मनुष्याने ठरविले तर तो तसे करू शकतो; एखाद्याशी युद्ध करायचे ठरविले तर तो युद्धही करू शकतो; एखाद्याचे नुकसान करायचे ठरविले किंवा एखाद्यावर रागवायचे, त्याचा द्वेष करायचा ठरविले, तर तसेही करू शकतो; पण मेंदूला किंवा आतल्या गणेशतत्त्वाला ही बंधने लागू होत नाहीत. नाटकातील पात्र रंगवताना एखादा नट राक्षस बनतो, पण त्या नटामध्ये राक्षसीपणा असेलच असे नाही. संगणकावर चित्र रंगवताना लाल, हिरवा, निळा वगैरे रंग त्याच्यामधून घेता येतात; पण याचा अर्थ संगणक स्वतः रंगीत आहे किंवा त्याच्या आत रंग भरून ठेवले आहेत असा नाही. गणेशतत्त्व म्हणजे आत

असलेला मेंदू काय किंवा गणेशदेवता ही संकल्पना काय, जागृतावस्थेत आहे असे म्हणता येत नाही, स्वप्न पाहते आहे असे म्हणता येत नाही किंवा सुप्तावस्थेत आहे असेही म्हणता येत नाही. मनुष्य मात्र या तिन्ही अवस्थांचा अनुभव घेतो. मनुष्य झोपलेला असतानासुद्धा त्याच्या हृदयाची धडधड चालूच असते आणि ही धडधड चालू ठेवणारी गणेशदेवता किंवा मेंदूरूपी संगणक आत अविरतपणे कार्यरत असतो. तो झोपेच्या स्वाधीन होत नाही. स्वप्न पडत असले तरी तो कार्यरत असतो, त्याचे इतर सर्व व्यवहार चालूच राहतात. मात्र, तो झोपेतून जागृतावस्थेत आला आहे असेही म्हणता येत नाही. बाहेरचा संगणकही असेच करतो. संगणक 'स्टँडबाय मोड'वर जातो, म्हणजे तो जागाही नसतो, स्वप्नही पाहत नसतो आणि झोपलेलाही नसतो. संपूर्णतः 'शट डाऊन' केला तरी त्यातली फक्त वीज बंद होते. शट डाऊन करणे म्हणजे नष्ट करणे असे असते, तर नंतर बटण दाबल्यावर संगणक पुन्हा आपल्या पूर्वीच्या व्यवहाराची माहिती घेऊन जसाच्या तसा हजर होऊ शकला नसता. श्री गणेशसुद्धा या तिन्ही अवस्थांच्या पलीकडे असतात.

माणसाला तीन शरीरे असतात. एक स्थूल म्हणजे भौतिक शरीर, दुसरे सूक्ष्म शरीर म्हणजे नुसती स्पंदने किंवा मन, जे शरीराभोवती किंवा शरीर म्हणून एका विशिष्ट संकल्पनेला, जिवाला चिकटून राहणारे असते व तिसरे आनंदमय शरीर जे केवळ शक्तिरूप असते.

मूर्तीमध्ये श्री गणेशतत्त्वाचे आवाहन केले की ती गणेशदेवता.

मेंदूमध्ये प्राणशक्तीचे आवाहन केले की तो जीवात्मा - मनुष्य, आणि विशिष्ट संकल्पनेचे (प्रोग्रॅमचे) यंत्ररचनेवर आवाहन केले की तो संगणक.

मूळ संकल्पना तिन्ही देहांच्या पलीकडे असते. आपण एखाद्यावर रागावलो व त्याला संगणकावर पत्र लिहिले, तर ते पत्र लिहिण्यासाठी जो वेळ लागेल व त्यासाठी जेवढी शक्ती लागेल, तेवढीच संगणकाकडून खर्च होईल. हे रागाचे पत्र आहे म्हणून संगणक गरम होणार नाही किंवा प्रेमपत्र आहे म्हणून उत्साहित होणार नाही. जणू तो तिन्ही शरीरांच्या पलीकडे, संपूर्ण विश्वात संचार करत असल्याप्रमाणे असतो. श्री गणेशाला भूतकाळाची माहिती असते, पण तो भूतकाळात परत जात नाही. तसेच संगणकालाही भूतकाळ बाधित करत नाही, तो सतत वर्तमानकाळात असतो; तसेच तो ज्या वेळी पुढचे काही सांगत असतो, तेव्हा वर्तमानकाळातही असतोच. जसे संगणक पुढच्या सात दिवसांच्या हवामानाचा अंदाज सांगू शकतो किंवा उद्या विमानात जागा आहे की नाही हे भविष्यही सांगू शकतो; पण त्याच

वेळी तो वर्तमानकाळातही असतो. भूतकाळात काय होते व भविष्यकाळात काय होणार आहे हे सर्व आत्ताच्या या क्षणाला त्याच्या ठिकाणी प्रकट होऊ शकते; परंतु तो स्वतः कुठल्याही काळात नसतो. असा असतो संगणक आणि असेच असते गणपतीचे देवत्व.

मूलाधार चक्राच्या ठिकाणी कुंडलिनी असते, त्याच ठिकाणी श्री गणेश स्थिर असतात. मात्र, नाभीच्या ठिकाणी जेथे स्पंदने सुरू होतात, तेथून पुढे आपल्याला त्यांची उपस्थिती जाणवते. अशाच तऱ्हेने संगणकामध्येसुद्धा मुळात जी क्रिस्टल चिप असते, तेथून झालेली कार्यशक्तीची सुरुवात ही विशिष्ट प्रकारे प्रकट झाल्यावरच कळू शकते. उत्पत्ती, स्थिती व लय यांना वेगवेगळी शक्ती लागते. एखादी गोष्ट तयार करायची असेल तर त्याचे मार्गदर्शन वेगळे. एखादी गोष्ट नष्ट करायची असेल तर त्याचे मार्गदर्शन वेगळे. यासाठी लागणारी शक्तीसुद्धा वेगवेगळी असते. उदा. घराची स्लॅब भरताना सळया लावणे, काँक्रिट तयार करून भरणे, पाणी आणणे वगैरे कामांसाठी लागणारी शक्ती आणि तयार झालेली स्लॅब तोडण्यासाठी जोराचे हातोडे मारणे, घणांचे प्रहार करणे अशा कामांसाठी लागणारी शक्ती ही वेगवेगळी असते आणि मानसिक अवस्थाही वेगळी असते. तेव्हा उत्पत्ती, स्थिती व लय यांसाठी आवश्यक असणाऱ्या तिन्ही शक्ती, हे श्री गणेशा, आपल्यातूनच निर्माण होतात, या शक्ती आपणच आम्हांला देता. म्हणूनच सर्व योगी, ज्यांना संसाराशी व समाजाशी एकरूप व्हायचे आहे, ज्यांना द्वैत संपवायचे आहे, ज्यांना जीवात्मा, आत्मा व परमात्मा यांना एकत्र करून परमपुरुषामध्ये समर्पित व्हायचे आहे, ते आपली उपासना करतात. लोभीपणाने काम करणाऱ्याला, पैशाच्या मागे पळणाऱ्याला योगी म्हणता येत नाही. हे श्री गणेशा, तुम्हीच सृजन करणारे ब्रह्मा, पालन-पोषण करणारे विष्णू, परिवर्तन करण्यासाठी मदत करणारे रुद्र आहात. तसेच, सर्व प्रकारच्या विचारांना एकत्र करून, त्यातील श्रेयस-प्रेयस ठरवून गुरूंच्या साह्याने निर्णय घेणारे इंद्र आपणच आहात. रसायनशक्ती, विद्युतशक्ती, चलनवलनशक्ती देणारे अग्नी, वायू, सूर्य हे आपणच आहात. मनाचा कारक असणारे, भावना, दुसऱ्याचे अस्तित्व, दुसऱ्याचे दुःख जाणून घेण्यासाठी उपयोगी पडणारे चंद्रमा हेही आपणच आहात. संपूर्ण ब्रह्म, तसेच त्यात उत्पन्न झालेली जड पृथ्वी, तसेच पाताळ आणि स्वर्ग म्हणजेच आनंद ही सर्व आपलीच रूपे आहेत, हे सर्व आपल्यातूनच उत्पन्न झालेले आहे. एकूण मेंदूचे आठ भाग आणि त्यातील सर्व कार्यपद्धती ही एकत्रितच काम करते आणि ही संकल्पना, श्री गणेशा, आपणच आहात!

प्रथम पूजनीय श्री गणेश देवता आणि संगणक यांची तुलना होऊ शकेल का? श्री गणेश हे आदितत्त्व आहे. ते कधी उत्पन्न झाले असे नव्हे आणि ते कधी नष्ट होईल असेही नाही. त्यामुळे त्यांची संगणकाशी तुलना होऊ शकणार नाही, मात्र यांच्यातील साधर्म्य समजले, तर त्यायोगे सध्याच्या आधुनिक काळात ज्या विद्या लुप्त झालेल्या आहेत त्यांचा अभ्यास व उपयोग जाणून घेता येईल.

अथर्वशीर्षातला हा पुढचा मंत्र आहे,

गणादिं पूर्वमुच्चार्य वर्णादिं तदनन्तरम्। अनुस्वारः परतरः।
अर्धेन्दुलसितम्। तारेण रुद्धम्। एतत् तव मनुस्वरूपम्।
गकारः पूर्वरूपम्। अकारो मध्यमरूपम्।
अनुस्वारश्चान्त्यरूपम्। बिन्दुरुत्तररूपम्। नादः सन्धानम्।
संहिता सन्धिः। सैषा गणेशविद्या। गणक ऋषिः।
निचृद्गायत्री छन्दः। गणपतिर्देवता।
ॐ गं गणपतये नमः।।७।।

गण शब्दापैकी 'ग्'चा उच्चार प्रथम करायचा आणि नंतर वर्णमालेतील पहिला वर्ण म्हणजे 'अ' याचा उच्चार करायचा. ग् + अ = ग असा पूर्ण 'ग'चा उच्चार अशा प्रकारे करायचा की त्यातून 'ग' आणि 'अ' या दोघांचा पूर्ण आणि स्पष्ट उच्चार होईल. आता त्यावर अनुस्वार देऊन 'गं' असा उच्चार करायचा; मात्र यातल्या अनुस्वाराला अशा तऱ्हेने गोलाकार द्यायचा, की त्यातून अर्धचंद्र लक्षात येईल (गँ). 'गँ'ला ॐ हा तारकमंत्र जोडून 'ॐ गँ' असा या मंत्राचा उच्चार करायचा. हे श्री गणेश देवा, आपले स्वरूप 'ॐ गँ' या मंत्राप्रमाणे आहे. याचे पूर्वरूप 'ग', मध्यरूप 'म' आणि अंत्यरूप 'अनुस्वार' असे आहे. प्रणवरूप बिंदू हे त्याचे उत्तररूप आहे. 'गँ' उच्चारताना अनुस्वार व अर्धचंद्र हे दोन्ही नाद एकत्र होतात. 'गँ'चा नादात्मक पद्धतीने उच्चार करणे हीच गणेशविद्या. या मंत्राचे रचयिता 'गणक ऋषी' आहेत. हा मंत्र 'निचृद् गायत्री' छंदात बद्ध केलेला आहे. श्री गणेश या मंत्राची देवता आहे. 'ॐ गँ'स्वरूपी गणपतीला नमस्कार असो.

गूढार्थ – हे श्री गणेशदेवा, आपला आकार, आपले स्वरूप 'ॐ गँ' या मंत्रासारखे आहे. या मंत्राचे पूर्वरूप 'ग', मध्यमरूप 'म' आणि अन्त्यरूप 'अनुस्वार' असे आहे. प्रणवस्वरूप बिंदू हे त्याचे उत्तररूप आहे आणि हेच

सर्वव्यापक अस्तित्व आहे. 'गँ' उच्चारताना अनुस्वार व अर्धचंद्र हे दोन्ही नाद एकत्र होतात. 'गँ'चा उच्चार नादात्मक पद्धतीने करणे हीच गणेशविद्या आणि गणेशविद्येमध्ये 'गँ' हा उच्चार करण्याची कला व विज्ञान आहे. कलेमध्ये संस्काराची आणि पर्यायाने गुरुची आवश्यकता असते. विज्ञानाचे गूढ उकलून सांगण्यासाठीही अनुभवी गुरूंची आवश्यकता असते. तेव्हा गणेशविद्येचा अभ्यास करण्यासाठी मार्गदर्शक हवाच.

गणपतीचा मंत्र, जो उच्चारल्याने मेंदूमध्ये पोहोचता येईल व तेथे पोहोचल्यावर मेंदूरूपी संगणकाचा विकास करता येईल, तो मंत्र कोणता आणि त्याचा उच्चार कसा करायचा याची येथे माहिती दिलेली आहे. साधे 'गं' असे म्हटले तर 'ग'वर्ण उच्चारून त्याला अनुस्वार लावला जातो; परंतु ज्या वेळेला आपण 'गं' ('ग्अङ्') किंवा 'गंगा' ('ग्अङ्गा') असे म्हणतो, तेव्हा आधी अर्धा 'ग्', त्याला 'अ' जोडल्याने पूर्ण 'ग' तयार होतो. याचा उच्चार करताना 'ग्' आणि 'अ'च्या उच्चाराचा वेगळेपणा लक्षात घेऊन एकत्र करायचा आणि मग त्याला अर्धचंद्र अनुस्वार जोडायचा. तेव्हा 'ग्...अ...ङ्' किंवा 'ग्..अ..ङ्गा' असे जे लिहिले आहे त्याप्रमाणे हा उच्चार करायचा आहे.

बरोबरीने यात अर्धचंद्राचा उच्चार करणे आवश्यक आहे. अर्धचंद्र म्हणजे हा नाद संपूर्ण मस्तकामध्ये उचलून घेऊन जायचा अणि तेथे आत घुमवायचा आहे. म्हणजे 'ग' वर्णाला 'ङ्' लावून बरोबरीने अर्धचंद्रासकट 'गँ गणपतये नमः' असे म्हणायचे असते. गंगा शब्द म्हणतानाही तो 'ग्..अ..ङ्गा...' अशा प्रकारेच म्हणायचा असतो. 'ॐ गँ गणपतये नमः' या मंत्राचे जसे महत्त्व आहे तसे 'गङ्गा' शब्दाचेही आहे. त्यामुळेच सामान्यांसाठी 'हर हर गंगे' हा मंत्र महत्त्वाचा असतो. मात्र 'गंगे गंगे' म्हणताना नुसता 'ग'वर अनुस्वार ठेवून साधा 'गं' असा उच्चार केला तर त्याचा उपयोग होणार नाही. इथेही 'ग्..अ..ङ्गे' असाच उच्चार करणे अपेक्षित आहे. सर्वांत महत्त्वाचे म्हणजे 'ॐ गँ गणपतये नमः' असे म्हणत असताना उच्चारलेला नाद स्वतः ऐकणेही आवश्यक आहे. न ऐकता नुसता मंत्र म्हटला तर त्या मंत्र उच्चारणाचा उपयोग होणार नाही. आणि 'गँ' या शब्दाला आधी ॐकार जोडणे आवश्यक आहे.

जे अशा तऱ्हेने 'ॐ गँ गणपतये नमः' या मंत्राचा उच्चार करतात, त्यांना आतल्या मेंदूरूपी संगणकामध्ये कशा तऱ्हेने घटना घडतात आणि त्यातून कशा प्रकारची शक्ती तयार होते याचा अनुभव घेता येण्यासारखा आहे. आचार-विचार चांगले असले, तर नव्या प्रेरणाही अनुभवास येऊ शकतात.

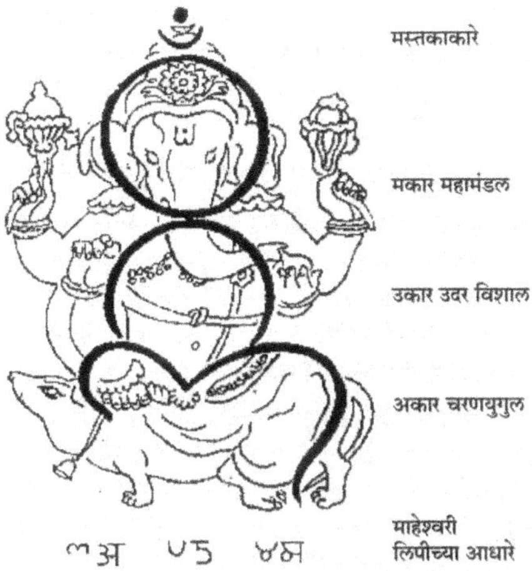

हे श्री गणेश देवा, आपले सगुण स्वरूप 'ॐ गँ' या मंत्राप्रमाणे आहे. म्हणजे आपण ॐकाराला अक्षरामध्ये टाकायचे ठरविले, त्याला लिपीत लिहायचे ठरविले किंवा त्याची आकृती तयार करायची ठरविली, तर बरोबर गणपतीचा आकार तयार होतो. यातील अकार म्हणजे खालचे दोन्ही पाय, उकार म्हणजे पोट ('अ' लांबवला की उकार तयार होतो). मकार म्हणजे मस्तक. मस्तकावर असलेला अर्धचंद्र व अनुस्वार हे निर्गुण निराकार परमेश्वराचे प्रतीक आहेत. त्या प्रतीकाला खेचून आपल्यापर्यंत आणण्यासाठी, जशी टीव्हीची डिश असते, तशी डिश जणू अर्धचंद्राच्या रूपाने ठेवलेली आहे. नंतर याला सोंड जोडून गणपतीचा आकार तयार होतो. या ॐकाराचे अस्तित्व सर्वव्यापी असते, म्हणजेच ॐकाराचा हाच आकार मनुष्याच्या शरीरात ठिकठिकाणी दिसतो. उदा. ओठाचा आकार, दोन भुवया एकत्र करून झालेला आकार, नाकाचा आकार, मांडी घालून बसलेली व्यक्ती पाठीमागून पाहिल्यास दिसणारा आकार, इत्यादी आकार असेच असतात.

हे अर्धचंद्र, बिंदू एकत्र करून त्याचा नादात्मक उच्चार करणे ही एक विद्या आहे, एक कला आहे, हे एक विशेष ज्ञान आहे. 'ॐ गँ गणपतये नमः' असे व्यवस्थित म्हणणे आणि म्हणत असताना त्याच वेळी त्यातून उत्पन्न झालेला नाद ऐकणे ही कला आहे आणि यातच विज्ञान दडलेले आहे. यालाच 'गणेशविद्या' असे म्हटले जाते. ही गणेशविद्या हवी असणाऱ्याने शांतपणे बसून या पद्धतीने 'ॐ गँ गणपतये नमः' असा जप केल्यास शरीरातील मेंदूरूपी संगणकाचा जास्तीत जास्त विकास करून त्याचा उपयोग करून घेता येईल.

प्रत्येक मंत्राचे कर्ता एक ऋषी असतात. ऋषी ज्ञानी, सर्व जाणणारे असे असतात. गणितज्ञ असलेले आणि खगोलविज्ञान, तसेच ज्योतिषशास्त्राचे ज्ञान असलेले 'गणकऋषी' हे या मंत्राचे रचयिता आहेत. हा मंत्र 'निचृद् गायत्री' छंदात (आठ वर्ण तीन वेळा, म्हणजे एका भागात २४ वर्ण) अशा प्रकारे बद्ध केलेला

आहे. प्रत्येक मंत्राला एक देवता असावी लागते, त्या देवतेची ती मंत्रशक्ती असते. या मंत्राची देवता श्री गणेश ही आहे. 'ॐ गँ गणपतये नमः' हा मंत्र आहे. हा मंत्र म्हणजे या देवतेला संपर्क करण्यासाठीचा 'पासवर्ड' आहे असे म्हणायला हरकत नाही. संगणकातसुद्धा अँड्रॉइड किंवा आयओएस यांपैकी कुठली पद्धत कार्यान्वित आहे आणि ती कोणी तयार केलेली आहे हे पाहावे लागते. प्रत्येक वेळी पासवर्ड द्यावाच लागतो.

एकदन्ताय विद्महे । वक्रतुण्डाय धीमहि ।
तन्नो दन्ती प्रचोदयात् ।।८।।

'एकदंत' श्री गणेशाला आम्ही सर्व जाणतो. वाकडी सोंड असणाऱ्या 'वक्रतुंडां'चे आम्ही ध्यान करतो. हा 'दन्ती' आम्हाला ध्यानामध्ये प्रेरणा देवो, अशी आमची प्रार्थना आहे.

गूढार्थ – खरे पाहता मंत्राला अर्थ असावाच असे नाही. ती एक रचना असते. संस्कृत भाषा महासागरासारखी असल्यामुळे तिच्यात अनेक शब्द आहेत. अगदी थोड्या शब्दांत खूप काही वर्णन करण्याची क्षमता असणारी ही भाषा असल्यामुळे संस्कृत मंत्रांचा उपयोग गणितासारखा होतोच व त्याला अर्थही असतो. 'एकदंत' या देवतेला आम्ही जाणून घेतो. श्री गणेश एकदंत कसा झाला? ऐन वेळी काही अडचण आली तर त्यातून मार्ग काढण्यासाठी विशेष सोय केलेली असते व ती वापरली जाते. व्यासांनी जेव्हा महाभारत लिहिले तेव्हा मध्ये न थांबण्याची अट होती. लिहिताना श्री गणेशाची लेखणी बंद पडली तेव्हा त्याने दात तोडून घेतला व त्याची लेखणी केली, त्यामुळे तो एकदंत झाला. जसे सध्याच्या आधुनिक गाड्यांमध्ये अपघात होऊ नये अशी व्यवस्था असते; पण अपघात झालाच तर आत एअरबॅग असतात. एअरबॅग व्यवस्थित आहेत, त्या जागच्या जागी ठेवलेल्या आहेत, त्या नीट उघडणार आहेत याची खात्री करून घेऊन आपण गाडीत बसतो. याचप्रमाणे या एकदंताकडे विशेष अडचणीवर ताबडतोब मात करण्याची विशेषता आहे.

ध्यान कशाचे करावे? तर ध्यान वक्रतुंडाचे करावे. सर्व बाजूंनी, दुरून येणारे विचारही गणपतीपर्यंत पोहोचवता येतात. फक्त देवावर प्रेम व भक्ती पाहिजे. संगणकाच्या बाबतीतही असेच असते. प्रत्येक वेळी माऊस वायरने जोडलेला असायलाच हवा असे नाही; तर डावीकडे, उजवीकडे कुठेही बसले तरी वायररहित

(कॉर्डलेस) माऊसने संगणकाला संदेश देता येतात. हेच त्याचे 'वक्र-तुंड' आहे, त्याचे ध्यान आपण ठेवायलाच पाहिजे, कारण माहिती चारही बाजूंनी येते व जाते. सहसा संगणकाला इंटरनेट आवश्यक असते आणि त्याला वायफायद्वारा, ब्लू-टूथद्वाराही माहिती पुरवता येते.

आमच्या बुद्धीला हा 'दंती' प्रेरणा देवो. शरीराचा मुख्य आधार असलेली हाडे चांगली तयार होण्यासाठी अन्नाचे नीट चर्वण करणे आवश्यक असते; म्हणजे दातांचा उपयोग करणे आवश्यक असते. शरीराच्या आरोग्यासाठी दात महत्त्वाचे असतात, जणू ते शरीराचे 'आस'स्वरूप असतात. तसा दंती म्हणजे आस आहे, त्या आसाची प्रेरणा घेऊन आम्ही काम करू शकणार आहोत. थोडक्यात, गणपती आम्हाला कार्यप्रेरणा देवो.

गणपती हा मूलाधार चक्राच्या ठिकाणी, म्हणजे मेरुदंडाच्या तळाशी स्थित असतो व त्यामुळे तो कंबरेत असणाऱ्या सर्व संस्थांची किंवा अवयवांची काळजी घेतो. एखाद्या व्यक्तीला संतती हवी असेल, तर जे शरीरावयव महत्त्वाचे असतात, त्यांचाही तो अधिपती असतो व म्हणून त्या अवयवांना शक्ती देतो. तो बुद्धिदाता आणि विवेकाचा दाता असल्याने व्यक्तीला सुबुद्धी तसेच अचूक निर्णय घेण्यास मदत करणारा असतो. तो विघ्नहर्ता आणि मंगलकर्ता असल्याने त्याची प्रेरणा घेऊनच काम सुरू करावे लागते. संगणकाच्या बाबतीतही तसेच आहे. त्याची गती किती आहे; त्याची स्मृती किती आहे; त्याच्यामध्ये मोकळी जागा किती आहे; त्याला अपडेट केले आहे का, म्हणजे सध्या चालू असलेल्या वर्तमानकाळापर्यंत आणून ठेवले आहे का; नवीन आलेले ॲप्स त्याच्यात लोड केलेले आहेत का, अशा सर्व गोष्टी बघणे आवश्यक असते. सर्व कार्यांची सुरुवात मेंदूरूपी संगणकाने आणि संगणकाच्या साहाय्याने करायची असल्याने त्याला 'मूलाधार' म्हणजे 'सुरुवातीचा' असे समजायला हरकत नाही. खालच्या टोकापासून वरपर्यंत पोचलेला मेरुदंड आणि संपूर्ण मेंदू ही सर्व एकच व्यवस्था असल्याने मेंदूस्थित गजाननाचा मेरुदंडाच्या तळाशी मूलाधार समजला जातो. अशा या 'ॐ गँ'स्वरूपी गणपतीला माझा नमस्कार असो हीच प्रार्थना !

एकदन्तं चतुर्हस्तं पाशमंकुशधारिणम्।
रदं च वरदं हस्तैर्बिभ्राणं मूषकध्वजम्।
रक्तं लम्बोदरं शूर्पकर्णकं रक्तवाससम्।
रक्तगन्धानुलिप्ताङ्गं रक्तपुष्पैः सुपूजितम्।

भक्तानुकम्पिनं देवं जगत्कारणमच्युतम्।
आविर्भूतं च सृष्ट्यादौ प्रकृतेः पुरुषात् परम्।
एवं ध्यायति यो नित्यं स योगी योगिनां वरः ।।९।।

या देवतेला केवळ एकच दात आहे व चार हात आहेत. एका हातात पाश, दुसऱ्या हातात अंकुश, तिसऱ्या हातात हस्तिदंत धरलेला आहे व चौथा हात वरदमुद्रेत म्हणजे आशीर्वाद देणारा आहे. त्यांच्या ध्वजावर मूषकाचे म्हणजे उंदराचे चित्र आहे. त्यांचा रंग लाल आहे, पोट विशाल आहे, कान सुपासारखे खूप मोठे आहेत. त्यांनी शरीरावर लाल रंगाचे उटणे (शेंदूर) धारण केलेले आहे. लाल रंगाच्या फुलांनी त्यांची पूजा केली जाते. ते नेहमी आपल्या भक्तांवर व उपासना करणाऱ्यांवर कृपा करत असतात. ही गणपती देवता पूर्ण विश्वाचे कारण आहे, विश्वाची निर्मिती करणारी आहे. पहिल्यांदा ते स्वतः प्रकट होतात आणि त्यानंतर ते सत्त्व-रज-तम या तिन्ही प्रकृतींच्या पलीकडे राहून सर्व विश्वाचे नियंत्रण करतात. अशा श्री गणेशाचे ध्यान करणारे जे योगी आहेत ते इतर सर्व योग्यांमध्ये श्रेष्ठ होत.

गूढार्थ – गणपतीला केवळ एकच दात आणि चार हात आहेत. चार हात आहेत म्हणजे तो चार प्रकारे काम करू शकतो. त्याला एकच दात आहे, कारण दुसरा दात त्याने हातातच धरलेला आहे. म्हणजे जणू तो इतका तयार ठेवला आहे, की चालू असणाऱ्या कामात अजिबात खंड पडता कामा नये आणि त्यावर त्यांचे पूर्ण नियंत्रण आहे. संगणकाचीसुद्धा विशेषता अशी, की त्यावर काम करत असताना जराही टाइम-लॅग होऊन चालत नाही, आवश्यक असणारी माहिती ताबडतोब मिळावी लागते व ती माहिती दुसऱ्याला पाठवायची असली, तर तीही चटकन जाऊ शकते. एखादी वस्तू आपल्याकडे ओढण्यासाठी वापरला जाणारा पाश श्री गणपतीने दुसऱ्या हातात धरलेला आहे. सर्व व्यवस्थेवर नियंत्रण ठेवण्यासाठी त्याच्या तिसऱ्या हातात अंकुश आहे. त्याचा चौथा हात वरदमुद्रेत आहे.

त्याचे वाहन मूषक आहे, तेव्हा त्याच्या ध्वजावर मूषकाचे चित्र असेल यात काही नवल नाही. एक गोष्ट खरी, की वाहनाशिवाय कुठलेही काम होऊ शकत नाही. कारण वाहन ते असते ज्याच्यावर शक्ती किंवा माहिती आरूढ केली जाते. म्हणून मूषकाला ध्वजावर चित्र म्हणून मान दिलेला आहे. संगणकाच्या बाबतीतल्या माऊसलाही तेवढेच महत्त्व आहे.

श्री गणेशाचा वर्ण लाल आहे. शक्तीवर चालणाऱ्या व सतत उष्णता उत्पन्न करणाऱ्या संगणक यंत्राचा रंग लाल दाखवला तर त्यात विशेष नवल आहे, असे

म्हणता येणार नाही. श्री गणपती हे तर पार्थिवच आहेत. संगणकाची हार्ड डिस्क, म्हणजे माहिती साठविण्याची जागा जितकी मोठी, तितके तो चांगले व अधिक काम करू शकतो. तसेच गणपतीचे पोट विशाल आहे, म्हणून आपण त्याला लंबोदर म्हणतो. गणपतीचे कान सुपासारखे मोठे व सतत हलत असतात. यामुळे एक तर जास्तीत जास्ती माहिती गोळा होऊ शकते. तसेच कान हलल्यामुळे जो वारा तयार होतो, त्यामुळे त्यांच्या शरीरातील उष्णता कमी होण्यास मदत मिळते. मनुष्य कानाने ऐकतो; पण ऐकल्यानंतर ती माहिती जशीच्या तशी स्वीकारायची आणि तरीही त्यातून भावनात्मक उद्दीपन होऊ द्यायचे नाही असे होणे अपेक्षित असते. हेसुद्धा शूर्पकर्ण श्रीगणेशाकडून समजून घेता येते. संगणकाच्या बाबतीत तो थंड राहावा म्हणून पंख्याची योजना करावी लागते किंवा वातानुकूलित खोलीतच संगणकाला ठेवावे लागते. श्री गणेशाला दूर्वांचा रससुद्धा उष्णता कमी करण्यासाठीच दिलेला असतो.

गणपतीला लाल रंग प्रिय असल्यामुळे त्यांना अर्पण करण्यात येणाऱ्या वस्तू लाल रंगाच्या असतात. म्हणून त्यांच्या शरीरावर शेंदूर लावलेला असतो. लाल रंगाची फुले वाहिली जातात. श्री गणेशाला लाल रंग प्रिय आहे याचा अर्थ त्यांना द्यायची प्रत्येक वस्तू ही शक्तिभारित पाहिजे. संगणकालाही जी माहिती किंवा प्रोग्रॅम आत पाठवायचा किंवा लोड करायचा तोही शक्तिभारितच असावा लागतो.

जे श्री गणेशाची उपासना करतात त्यांच्यावर श्री गणेश कृपा करतो. ही कृपा शरीराच्या अंतर्व्यवस्थेमार्फत, मेंदूमार्फत, एकूण संप्रेरकांच्या व्यवस्थेमार्फत केली जाते. संगणकही सर्व प्रकारची माहिती अनेकविध प्रकारांनी, मग ती लिखाणाद्वारे असो, शब्दाद्वारे असो, संगीताद्वारे असो, चित्राद्वारे असो किंवा मॉडेल तयार करून समजावलेली असो, आपल्याला उपलब्ध करून देत असतो.

म्हणून गणपती हा विश्वाचे, सृष्टीचे आदिकारण आहे. सर्व विश्व निर्माण होण्यापूर्वी गणपती होतेच, त्याचप्रमाणे संगणकही असणारच. कारण आराखडा आधी करूनच हे विश्व तयार झाले. त्यामुळे नंतर ज्या वात-पित्तादी दोषप्रकृती उत्पन्न झाल्या, त्या प्रकृती श्री गणेशाला किंवा संगणकाला लागू होत नाहीत. संगणक सारासार विवेक ठेवून, सारासार विचार करून अभ्यासकाला सर्व प्रकारची माहिती पुरवतो. उदा. घर तयार करून देण्याची सर्व व्यवस्था म्हणजे घराचा आराखडा, त्यासाठी आवश्यक त्या साहित्याची माहिती वगैरे सर्व गोष्टी संगणक पुरवतो, परंतु घर तयार झाल्यावर आत राहणाऱ्या व्यक्तींनी प्रेमाने राहावे की भांडण करावे, यात संगणक सहभाग घेत नाही. श्री गणेशाची उपासना करणाऱ्या गणेशभक्तांना मात्र ही मर्यादा नसते. त्यामुळे साहजिकच आहे, की अशा प्रकारे सर्व समजून

घेऊन भक्ती व प्रेम यांचा वापर करून उपासना करणारे, जीवनात आरोग्य, सुख व आत्मसमाधान शोधणारे, समाज व ईश्वर यांच्याशी एकरूप होण्याची इच्छा ठेवणारे जे योगी आहेत, ते गणेशभक्त योगी श्रेष्ठ समजले जातात.

नमो व्रातपतये । नमो गणपतये । नमः प्रमथपतये ।
नमस्ते अस्तु लम्बोदराय एकदन्ताय विघ्ननाशिने
शिवसुताय श्रीवरदमूर्तये नमः ।।१०।।

व्रातपतीला माझा नमस्कार. गणपतीला माझा नमस्कार. श्री गणेश, जो श्री शिव वास्तव्याच्या संरक्षणाचा अधिपती आहेत, त्याला नमस्कार. लंबोदर, एकदंत, विघ्नहर, शिवपुत्र व आशीर्वाद देणाऱ्या वरदमूर्ती श्री गणेशाला नमस्कार.

गूढार्थ - जो केलेल्या प्रत्येक क्रियेचे फळ देतो, प्रत्येक क्रियेवर ज्याचा अंकुश असतो, तसेच काळ म्हणजे प्रत्येक सेकंद, मिनिट, तास, दिवस, वर्ष अशा सर्वांची नोंद ठेवून त्याप्रमाणे फळ देतो, अशा व्रातपतीला माझा नमस्कार. संख्या म्हणजे गण; तेव्हा गणांवर ज्याचे आधिपत्य आहे, अशा गणपतीला माझा नमस्कार. शिव संकल्पनेला बाधा उत्पन्न करणाऱ्यांचा, म्हणजे व्हायरसचा नाश करणाऱ्यांचा अधिपती असलेलल्या गणपतीला माझा नमस्कार. ज्याच्याजवळ खूप माहिती आहे अशा लंबोदराला माझा नमस्कार. जो ऐन वेळीसुद्धा ताबडतोब मदत करतो अशा एकदंत गणपतीला माझा नमस्कार. जो सर्व प्रकारची विघ्ने नष्ट करण्यास समर्थ आहे अशा विघ्नहराला माझा नमस्कार. सत्य, सुंदरता, मंगल अशा शिवांचा पुत्र असलेल्या शिवसुत गणपतीला माझा नमस्कार. जो कायम आशीर्वाद देण्यासाठी, मदत करण्यासाठी तयार आहे अशा वरदमूर्ती गणपतीला माझा नमस्कार.

एतदथर्वशीर्षं योऽधीते । स ब्रह्मभूयाय कल्पते ।
स सर्वतः सुखमेधते । स सर्वविघ्नैर्न बाध्यते ।
स पञ्चमहापापात् प्रमुच्यते ।।११।।

या अथर्वशीर्षाचा अभ्यास, पाठ व मनन करणाऱ्या साधकाला ब्रह्मरूप प्राप्त होते किंवा तो ब्रह्मरूपात विलीन होतो. त्याच्यावर कुठलेही संकट येत नाही. त्याला सर्व ठिकाणी व कायम सुखच प्राप्त होते. तो पाच प्रकारच्या पापांपासून मुक्त होतो.

गूढार्थ - हे अथर्वशीर्षाचे मंत्र व त्यात सांगितलेल्या कृती यांचा जो समजून घेऊन अभ्यास करतो, म्हणजे ते सर्व आचरणात आणतो, ते सतत लक्षात ठेवतो व त्यावर चिंतन करून त्याचा दैनंदिन जीवनात सर्व ठिकाणी उपयोग करतो, त्याला परमशांती मिळते. त्याला ब्रह्मरूप प्राप्त होते, म्हणजेच तो स्वतःच्या कृतीवर, स्वतःच्या निर्णयांवर उत्तम प्रकारे स्थिर होतो. साहजिकच आहे, की ज्याने आधी सगळे नीट बघितले आहे, व्यवस्थित योजना केलेली आहे, त्याच्यावर कोठलेही संकट येत नाही. कुठलाही प्रसंग असो, कुठलेही स्थळ-काळ, असो त्याला कायम सुखच प्राप्त होते. कारण त्याच्या हातून चुका होत नाहीत. याचीच पुढची पायरी म्हणजे चुका न झाल्यामुळे तो पंचेंद्रियांच्या पापांतून मुक्त होतो. कारण त्याच्या मेंदूचा त्याच्या पंचेंद्रियांवर अंकुश असतो. तो जितेंद्रिय होऊ शकतो. संगणकाचे शिक्षण, अध्ययन, मनन, चिंतन करणाऱ्यांनाही हवी तेव्हा, हवी ती माहिती होते. सुखसाधनांची माहिती मिळू शकते.

सायमधीयानो दिवसकृतं पापं नाशयति ।
प्रातरधीयानो रात्रिकृतं पापं नाशयति ।
सायंप्रातः प्रयुञ्जानो अपापो भवति ।
सर्वत्राधीयानोऽपविघ्नो भवति ।
धर्मार्थकाममोक्षं च विन्दति ।।१२।।

संध्याकाळच्या वेळी जर या अथर्वशीर्षाचा पाठ केला, तर दिवसभरात झालेल्या चुकांपासून साधकाला मुक्ती मिळते, म्हणजे त्या सुधारल्या जातात किंवा त्यामुळे नुकसान होत नाही. सकाळी उठून याचा पाठ करणाऱ्याला रात्री झालेल्या चुकांपासून मुक्ती मिळते. म्हणून सकाळी व सायंकाळी अशा दोन्ही वेळेला पाठ करणाऱ्याला सर्व पापांपासून मुक्ती मिळते आणि सर्व प्रकारची विघ्ने टळतात. अशा व्यक्तीला धर्म, अर्थ, काम व मोक्ष अशा चारही पुरुषार्थांची प्राप्ती होते.

गूढार्थ - दिवसभर काम करत असताना इंद्रियांनी मनाशी आणि मनाने आत्मभावाशी सुसूत्रता ठेवणे आवश्यक असते, तसेच निःस्वार्थपणे केलेले जे काही कार्य आहे ते सर्वांसाठी कल्याणप्रद असणे आवश्यक असते. असे न झाल्याने ज्या चुका होतात किंवा अहंकाराचा पगडा असल्याने इंद्रिये बेताल वागतात, त्यामुळे ज्या चुका होतात त्या मेंदूरूपी संगणकाला किंवा गणेशदेवतेला

आवडत नाहीत. या चुका पाप म्हणून समजल्या जातात. मुद्दाम केलेल्या किंवा लक्ष न दिल्यामुळे झालेल्या दिवसभरातल्या सर्व पापांचा नाश अथर्वशीर्षाच्या पठणाने होतो. अनवधानाने, जणू मनुष्य झोपेत असल्याप्रमाणे वागल्याने किंवा लक्षच न दिल्यामुळे झालेल्या ज्या चुका असतात, म्हणजे रात्री झालेल्या चुकांमुळे घडलेले पाप अथर्वशीर्ष दिवसा पठण केल्याने नष्ट होते. म्हणून सकाळ-संध्याकाळ अशा दोन्ही वेळेला या अथर्वशीर्षाचे पठण केले तर सर्व प्रकारची पापे नष्ट होतात. म्हणजेच गणेशदेवतेला न आवडणाऱ्या गोष्टी करण्यामुळे तयार झालेल्या व्हायरसचा नाश होतो.

संगणक कधीही सुरू केला, की सर्वप्रथम आतमध्ये व्हायरस नष्ट करण्याचा प्रोग्रॅम चालवावा लागतो. त्या नंतरच काम करायचे असते आणि तेही लक्षपूर्वक करायचे असते. अशा प्रकारे व्हायरस येऊ दिला नाही आणि लक्षपूर्वक काम केले, तर सर्व विघ्नांपासून मुक्ती मिळते.

गणपतीच्या आशीर्वादाने आणि मेंदूरूपी संगणकाच्या मदतीने केलेल्या कामामुळे धर्म म्हणजे समाजधारणेचे आणि जीवधारणेचे नियम पाळले जातात. मनामध्ये कोणतीही शंका न उरल्यामुळे हृदयाला ताकद मिळते. त्यातून अर्थ म्हणजे जीवनाचा आनंद व संपत्तीही भरपून मिळते. आपल्या सर्व नैसर्गिक इच्छा पूर्ण होतात आणि मनुष्याला शांतीही मिळते. अशा प्रकारे चारीही पुरुषार्थ सिद्ध होतात, ही गणेशाची कृपा.

इदमथर्वशीर्षमशिष्याय न देयम्।
यो यदि मोहाद्दास्यति स पापीयान् भवति।।१३।।

हे अथर्वशीर्ष अपात्र व्यक्तीला देऊ नये, जो मोहाने असे करतो त्याला पाप लागते.

गूढार्थ – या अथर्वशीर्षाची दीक्षा, त्याचा उपदेश किंवा माहिती अपात्र व्यक्तीला देऊ नये. ज्याप्रमाणे संगणक पासवर्ड देऊन लॉक करून ठेवला जातो, जेणेकरून तो भलत्याच माणसाला हाताळता येऊ नये, त्याप्रमाणे अथर्वशीर्षातील महत्त्वाचा मंत्र आणि अथर्वशीर्षाची दीक्षा म्हणजे त्यात असणारे विज्ञान, त्यात असलेली कला चुकीच्या व्यक्तीला देऊ नये. पैशाच्या लोभाने किंवा दुसऱ्या कोणत्याही कारणाने कोणी अशी अपात्र दीक्षा दिली, तर देणाऱ्याला पाप लागू शकते. दीक्षा देणारा व दीक्षा घेणारा यांचे चैतन्य एकमेकांशी जोडले जात असते.

त्यामुळे अपात्री दीक्षा दिली तर शक्तीचा प्रवाह उलटा होऊ शकतो आणि दीक्षा घेणाऱ्याच्या संशयी बुद्धीचा व्हायरस दीक्षा देणाऱ्याला त्रास देऊ शकतो. हेच ते पाप. ज्याप्रमाणे संगणक किंवा स्मार्ट फोन यात लहान मुलांना प्रवेश दिला, तर त्यांना चुकीची माहिती मिळू शकते, ज्याचा त्यांच्या मनावर परिणाम होऊ शकतो, सहन होणार नाही अशा गोष्टी वाचल्याने किंवा पाहण्याने त्यातून चुकीचा अर्थ काढला जाऊ शकतो, यातून चुकीच्या सवयी लागून पुढे आयुष्यभराचे नुकसान होऊ शकते; त्याप्रमाणे अपात्र व्यक्तीच्या हातात अथर्वशीर्ष देऊ नये, तसेच संगणकही देऊ नये, अन्यथा नुकसान होऊ शकते.

मग यासाठी पात्र व्यक्ती कोण? तर, श्री गणेश आणि परमपुरुष परमात्मा यांच्यावर नितांत प्रेम ठेवून, निसर्गनियम पाळून सर्वांशी, विशेषतः समाजाशी अद्वैत साधण्यासाठी निःस्वार्थ भावनेने आणि शास्त्राधारानुसार कर्म करणाऱ्याला आणि ज्याने पूर्वाभ्यास केलेला आहे त्याला पात्र समजण्यास हरकत नसावी. संगणकाचा किंवा स्मार्ट फोनचा सतत उपयोग डोळ्यांना व मेंदूला त्रासाचा ठरतो. संगणकाच्या सततच्या वापरामुळे पचन बिघडते, तसेच मेंदूचे मोठे रोग होऊ शकतात.

सहस्त्रावर्तनात् । यं यं काममधीते तं तमनेन साधयेत् ।
अनेन गणपतिमभिषिञ्चति । स वाग्मी भवति ।।१४ ।।

अथर्वशीर्षाची सहस्त्र आवर्तने करणाऱ्याच्या सर्व इच्छा पूर्ण होतात. या अथर्वशीर्षाचा अभिषेक करणाऱ्या साधकाच्या सर्व इच्छांची पूर्ती होते आणि तो उत्तम वक्ता होऊ शकतो.

गूढार्थ – अनेक वेळा या अथर्वशीर्षाचा, त्यातील मंत्रांचा जप करून म्हणजे त्याचे आवर्तन करून, ते व्यवस्थित समजून घेऊन, त्यावर मनन, चिंतन करून, त्याच्याशी ज्याने एकरूपता साधली आहे, अशा साधकाच्या सर्व इच्छा पूर्ण होतात. पहिल्याच दिवशी संगणक उघडला की सगळे जमेल असे नाही, तर त्याला नीट समजून घ्यायला अनेक दिवस लागतात, बराच सराव करावा लागतो, तरच काम व्यवस्थित होते.

अभिषेक करायचा म्हणजे काय करायचे? मेंदूच्या बाबतीत अभिषेकाचा विचार केला तर डोक्यामध्ये मेंदूच्या चारीही बाजूंनी पाणी (मेंदूजल - सेरेब्रोस्पायनल फ्लुइड) असते. मात्र हे जल सातत्याने नवीन नवीन येत राहावे

लागते. यासाठी शरीराचे चलनवलन नीट चालू राहणे आवश्यक असते. कर्मप्रतिष्ठा, योग, व्यायामादी गोष्टींनी, तसेच चांगल्या चिंतनाने शरीरातील रक्ताभिसरणाच्या माध्यमातून डोक्यामध्ये सतत मेंदूजलाचा पुरवठा होत राहणे म्हणजे मेंदूला अभिषेक होत राहणे. आयुर्वेदातील शिरोधारा किंवा बाह्यगणपतीसाठी धरलेली अभिषेकाची संततधारा यामुळे मेंदूजलाचे नूतनीकरण होण्यास मदत होते. असा अभिषेक झाला की त्याचे फळ मिळते व सर्व इच्छा पूर्ण होतात. संगणकसुद्धा सतत वापरात राहावा लागतो आणि त्यातून मिळालेल्या माहितीच्या जोरावर मनुष्य दुसऱ्यालाही माहिती देऊ शकतो, त्याचा शब्दसंग्रह वाढतो, त्याची व्याकरण व इतर विषयांची माहिती वाढून तो उत्तम वक्ता होऊ शकतो.

चतुर्थ्यामनश्नन् जपति स विद्यावान् भवति । इत्यथर्वणवाक्यम् ।
ब्रह्माद्यावरणं विद्यात् । न बिभेति कदाचनेति ।।१५ ।।

चतुर्थीच्या दिवशी उपवास करून श्री गणेशमंत्राचा जप करणाऱ्याला विद्या मिळते व तो विद्यासंपन्न होतो. हे अथर्वण ऋषींचे वचन आहे. याचा अधिक अभ्यास करणाऱ्याला ब्रह्म व माया हा भेद कळतो. त्यामुळे त्याला कुठल्याही प्रकारची भीती वाटत नाही, अर्थात त्याची सर्व भीती नष्ट होते.

गूढार्थ – प्रचलित पद्धतीनुसार शुक्ल पक्षातील विनायकी चतुर्थीपेक्षा कृष्ण पक्षातील संकष्टी चतुर्थी ही श्री गणेश उपासनेसाठी अधिक चांगली समजली जाते. पौर्णिमेचे १५ भाग पकडले तर पौर्णिमेनंतर येणाऱ्या चतुर्थीच्या तिथीला चंद्राचा आकार १५ भागांपैकी ११ भाग असतो. पौर्णिमेनंतरच्या प्रतिपदेला चंद्राचा १/१५ भाग कमी होतो, द्वितीयेला २/१५ भाग कमी होतो. अशा प्रकारे संकष्टी चतुर्थीच्या दिवशी एकूण ४/१५ भाग कमी होऊन चंद्र ११/१५ एवढा प्रकाशित असतो. अमावस्येनंतर चंद्राच्या कला वाढायला सुरुवात होते आणि शुक्ल चतुर्थीच्या दिवशी चौथी कला प्रकाशमान असते, म्हणजे चंद्र ११/१५ भाग अंधारात असतो व फक्त ४/१५ एवढाच प्रकाशित असतो. दोन्ही चतुर्थ्यांमधील हा एक भेद लक्षात घेण्यासारखा आहे.

मन चंद्राशी संबंधित असते. उजव्या मेंदूतून केलेला भौतिकाचा, संख्येचा किंवा तर्काचा विचार आणि डाव्या मेंदूतून येणाऱ्या भावनांचा, प्रेमाचा, सेवेचा विचार यांना एकत्रित करून मन व्यवहारातील निर्णय घेण्याचे काम करते. मनावर चंद्राचा मोठा प्रभाव असतो. अमावस्येच्या दिवशी अंधार जास्त व सूर्यशक्ती कमी

असल्यामुळे तेव्हा मनाची अवस्था खालची असते, म्हणजे त्या ठिकाणी भीती वाढते, स्वार्थ वाढतो, भोगप्रवृत्ती वाढते. या उलट पौर्णिमेला चंद्र पूर्ण असल्याने त्याचा प्रकाश सर्वांत जास्त असतो. म्हणजेच या दिवशी पृथ्वीला, मानवाला सूर्यशक्तीची सर्वाधिक देणगी मिळालेली असते. या दिवशी भावनांचा आणि ज्ञानाचा पूर्ण प्रभाव दिसतो. तसेच मनाची समज ही भावना व तर्क यांची पूर्ण सांगड घालून जीवन अधिक प्रगत करेल अशा क्षमतेची असते. असा विचार केला तर संकष्टी चतुर्थीला विनायकी चतुर्थीपेक्षा अधिक महत्त्व का आहे हे समजू शकेल.

अनश्नन् म्हणजे उपवास. ध्यान या संकल्पनेमध्ये, ज्याचे ध्यान होते त्याच्या अतिशय जवळ जाणे (उप-वास) व सर्व इंद्रियांच्या प्रवृत्ती बंद करून ज्याचे ध्यान करतो आहे, फक्त त्याचाच अनुभव घेणे अभिप्रेत असते. अन्न खाल्ले की त्याचे पचन होणे भाग असते आणि त्यासाठी शक्ती लागतेच. म्हणजेच भरल्यापोटी अन्नपचनासाठी शक्ती खर्च होत असल्यामुळे जपाकडे जास्त लक्ष देता येत नाही. परंतु उपवासाच्या दिवशी शक्ती पूर्णपणे ऊर्ध्वमार्गी राहून मेंदूला अधिक प्रभावित करते, अर्थात उपासना करणे जास्त सोयीचे होते.

गणेशशक्ती असलेल्या शरीरातील मेंदू आणि त्या संपूर्ण संस्थेचा विचार करत असताना डोळ्यांनी पाहणे, कानांनी ऐकणे, त्वचेने स्पर्श समजून घेणे आणि सर्वांत मुख्य म्हणजे अन्नपाण्याद्वारा शरीरात स्वीकारलेली सर्व स्पंदने बंद करून मेंदू काय म्हणतो आहे ते ऐकणे म्हणजे एक प्रकारचा उपांशू जपच आहे.

'अन्नग्रहण न करता' याचा विचार संगणकाच्या बाबतीत करायचा म्हटला तर, कुठल्याही प्रकारे, म्हणजे वाणीतून, कॅमेऱ्यातून-दृश्यातून, माऊसद्वारा किंवा इंटरनेटच्या माध्यमातून कुठलीही माहिती ज्या वेळेला पुरवली जात नाही, अशा स्थितीमध्ये संगणकाचा अभ्यास केला, तर त्यामध्ये असणाऱ्या मूळ संकल्पनेचा, सिस्टिमचा (डॉस, लोटस वगैरे) व आतमध्ये संग्रहित केलेल्या संपूर्ण माहितीचा अभ्यास करता येतो. जसे आधी पूर्ण ऐकून घ्यावे व नंतर त्याच्यावर विधान करावे. कोणी काही सांगताना आपण त्याच वेळी जर विचार करायला लागलो, तर समोरचा काय म्हणतो आहे हे आपल्याला समजणार नाही.

विशेष असे जे काही ज्ञान आहे, ते श्री गणेश आपल्याला देऊ शकतो. संपूर्ण विश्वातील माहिती एकत्र करणारे, ती जीवनाशी जोडण्याचे काम करणारे, परमेश्वराचा स्वभाव, जनताजनार्दनाचा स्वभाव, आपल्या नातेवाइकांचा, आपल्या इष्टमित्रांचा स्वभाव विचारात घेऊन निर्णय घेणारा असा जो श्री गणेश आहे, त्याला काम करू द्यायला हवे. जर सतत आपणच आपले मागणे धरून बसलो, तर आपल्याला

श्री गणेशांपासून विद्या मिळणार नाही. म्हणून भौतिक पातळीवर चतुर्थीच्या दिवशी उपवास केला जातो. परंतु हा उपवास खरे तर सर्व इंद्रियांचे खाद्य न स्वीकारण्याचा असावा. (उदा. डोळ्यांचे खाद्य आहे पाहणे, कानांचे खाद्य आहे ऐकणे.) उपवास नुसता उपवासाचे फराळाचे पदार्थ खाण्यासाठी म्हणून केलेला नसावा. तेव्हा ही श्री गणेशदेवता आपल्याला आतून काय सांगते आहे, काय विद्या देते आहे याचा जास्तीत जास्त प्रयत्न करत राहणे हाच खरा जप होय. त्यासाठी श्री गणेशदेवतेशी कायम जोडलेले राहणे, दुसऱ्या कशाचाही विचार न करणे, म्हणजे कोणत्याही इंद्रियातून आतमध्ये कशाचाही स्वीकार न करणे आवश्यक आहे. त्यासाठी सतत 'ॐ गं गणपतये नमः' किंवा 'ॐ श्री गणपतये नमः' असे गुणगुणणे आवश्यक आहे.

'इत्यथर्वणवाक्यम्।' म्हणजे अथर्वण ऋषी हे अथर्वशीर्षाचे प्रणेते आहेत. हे अथर्वशीर्षाचे सर्व शास्त्र विकसित करणारे ऋषी आहेत. या ठिकाणी अथर्वण ऋषी आणि अथर्वशीर्ष हे एकच आहेत असे सांगितलेले आहे. अथर्वण ऋषींचे असे वचन हा जणू त्यांचा आशीर्वादच आहे.

संगणक हे नुसते यंत्र नव्हे. संगणक कसा चालेल, तो कसे काम करेल हे सांगणारा प्रोग्रॅम किंवा संकल्पना आत असल्यामुळे आपल्याला संगणक मदत करू शकतो. जोपर्यंत संगणकाला बाहेरून माहिती दिली जात नाही किंवा एखादे काम करायची आज्ञा दिली जात नाही, तोपर्यंत त्याच्यात कुठल्याही तऱ्हेची हालचाल होत नाही. श्री गणेशांनी ज्या अथर्वण ऋषींच्या मार्फत ही प्रेरणा प्रकट केली व स्वतःचे स्वरूप सांगितले, त्या ऋषींनी लिहून ठेवलेली ही संकल्पना आहे असे म्हणायला हरकत नाही.

यामुळे काय होते तर 'ब्रह्माद्यावरणं विद्यात्।' वस्तुस्थिती काय आहे व त्या वस्तुस्थितीवर असलेला आरोप किंवा टाकलेली माहिती काय आहे हे समजून घ्यावे लागते. उदा. प्रकाश निळा दिसत असला तरी मूळचा प्रकाश पांढरा आहे व त्यावरचे काचेचे आवरण निळ्या रंगाचे असल्याने प्रकाश निळा दिसतो आहे हे समजून घेता येते. मात्र मूळ प्रकाश पांढरा आहे हे त्याच्या मूळ स्थितीत गेल्यावरच कळते. अशा प्रकारे ब्रह्मावर म्हणजे सत्यावर जे मायेचे आवरण आहे हे समजून घ्यायला हवे. समजा, संपूर्ण विश्वावर एक आवरण टाकले, या आवरणावर एक छोटीशी खिडकी केली, तर त्यातून दिसणारा पृथ्वीचा गोळा हे संपूर्ण विश्व नव्हे; किंवा पृथ्वीच्या गोळ्यावर आवरण टाकून पुन्हा त्यावरच्या छोट्या खिडकीतून पाहिलेला भारत देश हा संपूर्ण विश्व नव्हे किंवा भारत देशावर आवरण टाकून त्यावरच्या खिडकीतून दिसलेला आत्मसंतुलन आश्रम म्हणजे संपूर्ण विश्व नव्हे.

आवरणातील खिडकीतून दिसणारे मर्यादित अस्तित्व म्हणजे संपूर्ण सत्यातील एक छोटीशी वस्तुस्थिती असून, ती सत्याचा भाग असली तरी संपूर्ण नव्हे हे समजू शकते. खिडकी जेवढी छोटी तेवढा त्यातून दिसणारा भागही छोटा. मात्र संपूर्ण आवरणाचा व आतल्या सत्याचा आपल्याला ज्यामुळे बोध होतो ती विद्या श्री मंगलमूर्तीच्या रूपाने मिळू शकते.

न बिभेति कदाचनेति । या ऋचेचा अर्थ आता आपण पाहू.

श्री गणेश उपासनेमुळे जड व चैतन्य यांचा आविष्कार, तसेच स्वार्थ व परमार्थ किंवा तर्क व भावना यांचा संपूर्ण संबंध आपल्याला समजू शकतो. एकदा हा संबंध कळला, की भीती उरत नाही. कारण ज्ञान झाले, की कशाचेही भय राहत नाही. अंधारामध्ये काहीतरी हालताना दिसले, तर तेथे काहीतरी धोकादायक किंवा घातक आहे अशी एखाद्याची कल्पना होऊ शकते. परंतु नंतर जवळ गेल्यावर, प्रकाश टाकल्यावर किंवा थोडा विचार केल्यानंतर लक्षात येते, की तेथे प्रत्यक्षात असे काही नाही. वाटलेली भीती हा सर्व कल्पनेचा खेळ होता. एकदा हे समजले, की भीती निघून जाते. तेव्हा सत्याची जाणीव झाली की भीती नष्ट होते.

मी वेगळा व जग वेगळे असा वेगळेपणा मनात असेपर्यंत जगाची भीती वाटत असते. इतर माणसे आपला उपयोग करून घेतील, आपल्याला धोका पोहोचवतील किंवा आपले अस्तित्व नष्ट करतील असे वाटत राहते. परंतु मी त्यांचाच एक भाग आहे, असे म्हटल्यानंतर अशा प्रकारची भीती नष्ट होते. डावा हात व उजवा हात हे एकाच शरीराचे दोन भाग आहेत. काम करताना सोपे जावे म्हणून दोन बाजूंना दोन हात असतात, अन्यथा त्या दोघांना चालविणारी शक्ती मेंदूच्या एकाच केंद्रातून काम करत असते. एकदा हे कळले की दोन्ही हातांतील भेद नाहीसा होतो, आणि या हाताची त्या हाताला भीती वाटत नाही. सहसा आपल्याच हातांची आपल्याला भीती वाटत नाही. कारण दोन्ही हात माझेच आहेत असे आपण म्हणतो. तसे हे संपूर्ण विश्व एका परमेश्वराचे अंग आहे, परमेश्वराचेच स्वरूप आहे हे एकदा लक्षात आले आणि 'सहस्रशीर्ष सहस्राक्ष' (हजारो डोकी, हजारो डोळे असलेला) अशा परमपुरुष परमात्म्याचाच हा सर्व विस्तार आहे हे मनात ठसले, की मनात भीतीला जागा राहणार नाही. सध्या जग लहान झाले आहे, जग जवळ येते आहे असे आपण म्हणतो. जवळ आल्यामुळे एकमेकांमध्ये नुसताच व्यापार-विनिमय होत नाही, तर रोटी-बेटी व्यवहारही होऊ शकतात. एकमेकांच्या सुख-दुःखांत एकमेकांना भाग घ्यावाच लागतो. कारण या पृथ्वीवरची सर्व मंडळी एकाच परमपुरुषाच्या शरीराचे भाग आहेत. पृथ्वीवरचे देशसुद्धा सोयीसाठी केलेले विभाग आहेत, अन्यथा सगळे

एक आहेत असे म्हटले, की भीती कमी होत जाते व नंतर नष्ट होते, असे या ठिकाणी सांगितलेले आहे.

यो दूर्वांकुरैर्यजति स वैश्रवणोपमो भवति ।।१६।।

जो दूर्वांकुरांच्या आहुतीने यज्ञ करतो तो साधक कुबेराप्रमाणे धनसंपन्न होतो.

गूढार्थ - श्री गणेशाच्या स्वभावाला साजेशी एक गोष्ट सांगितली जाते. अनलासुर नावाचा राक्षस होता. अनल म्हणजे अग्नी, त्यामुळे अग्नीरूपी अशा या राक्षसाने जेव्हा सर्व सृष्टीला त्रास द्यायला सुरवात केली, तो कोणालाही आटोपेना, त्याला कोणीही जिंकू शकेना, अशा वेळी श्री गणेशाने अनलासुराला गिळून टाकले, आत पोटात घेतले. पण त्यामुळे श्री गणेशाच्या अंगाची लाही लाही होऊ लागली, दाह होऊ लागला. हा दाह दूर करण्यासाठी त्याच्या संपूर्ण शरीरावर दूर्वांचा (त्रिधारी गवताचा एक प्रकार) लेप करण्यात आला व दूर्वांचा रस पाजण्यात आला. असे केल्यावर श्री गणेशाच्या शरीरातील अग्नी शांत झाला. यातील मथितार्थ जाणून घेतला तर आपल्याला एक गोष्ट नक्की कळते, की श्री गणेश ही उष्णताप्रधान देवता आहे आणि तिला थंड राहणे आवडते.

श्री गणेशाला शांत ठेवणे खूप आवश्यक आहे. शांत अवस्थेत श्री गणेशाने आपले दुःखनिवारण करणे, मंगल करणे अपेक्षित आहे. संगणकाचेही असेच आहे, त्यालाही थंड ठेवावे लागते. खूप गरम झाल्यामुळे संगणकावर एरर (काही तरी असंबद्ध असे) येते व तो काम करेनासा होतो. अशा वेळी थोड्या वेळासाठी संगणक बंद करावा लागतो. खरे तर संगणक थंड राहण्यासाठी त्याच्या आत पंखा किंवा तशीच काही व्यवस्था केलेली असते, जेणेकरून तो जास्त गरम होऊ नये. लॅपटॉप मांडीवर घेऊन थोडा वेळ जरी काम केले, तरी मांडीला चटके बसायला लागतात असा अनुभव असतोच. दूर्वांचे गुण पाहता ती अतिशय शीतल आहे. जगातील सर्व पाणी संपत आले तरी दूर्वांच्या मुळांमध्ये ओलावा टिकून राहतो, त्या ठिकाणी जलतत्त्वाची प्राप्ती ही होतेच. दूर्वा फार उंच वाढत नाहीत, त्या जमिनीला धरूनच असतात. त्यांची मुळे मात्र जमिनीत अगदी दोन-तीन फूट खोलवरही रुतलेली असतात. कठीण, रेताड जमिनीतसुद्धा दूर्वा उगवू शकतात, पृथ्वीशी संबंध ठेवून त्रिगुणांचा विकास करतात. दूर्वा मुळासकट उपटणे सोपे नसते. असे म्हणतात, की ज्या वेळी देवाला दूर्वा वाहायच्या असतील त्या वेळी त्या मुळासकट असल्या तर त्यांचे महत्त्व अधिक असते.

दूर्वांची तीन पाती

दूर्वांचा जो मुख्य प्रकार असतो, त्याला त्रिशूलाप्रमाणे टोकेरी अशा तीन पाती असतात. पातींची ही तीन टोके जणू सत्त्व, रज आणि तम या त्रिगुणांचे निदर्शन करत असतात. पृथ्वीशी संबंध ठेवून त्रिगुणात्मक सृष्टी निर्माण करण्याचे ते एक प्रतीक आहे. या त्रिगुणांच्या पलीकडे जायचे असल्याने श्री गणेश देवतेला मनुष्याने सत्त्व, रज आणि तम असे तिन्ही गुण समर्पित करून तिच्याठायी एकत्व स्थापित करायचे असते. म्हणून श्री गणेशाला दूर्वा अर्पण करण्याची म्हणजे त्यांच्या शरीराला दूर्वांचा लेप करायची किंवा दूर्वांच्या जुड्या वाहण्याची पद्धत असते आणि ती बरोबरच आहे; कारण दूर्वांचे संस्कार अग्नीचा दाह दूर करतात. सामान्यतः तीन पाती असलेल्या २१ दूर्वांची एक जुडी करून वाहिली जाते, त्यामागेही, ज्या ज्या म्हणून त्रिगुणात्मक शक्ती आहेत त्या सर्व श्री गणेशाला अर्पण करणे असेही अभिप्रेत असते. श्री गणेशाच्या ठिकाणी सर्व शक्तींचा वास असतो. आदिशक्तीच्या शरीरावर असलेल्या उटण्यापासून त्याचे शरीर तयार झालेले असल्याने प्रत्यक्ष आदिशक्तीचा तर त्याच्यात पूर्ण वास असतोच. हीच आदिशक्ती पुढे नवदुर्गा म्हणून किंवा महाकाली, महालक्ष्मी, महासरस्वती वगैरे अनेक रूपांत प्रकट होत असते.

दूर्वांची बारीक टोकाची मुळे पृथ्वीतत्त्वाशी जोडलेली असतात, तर पानांची अणकुचीदार टोके आकाशतत्त्वाशी समर्पित असतात. कोणत्याही वीजशक्तीला संतुलित ठेवण्यासाठी तिचे पृथ्वीत खोलवर अनुसंधान (अर्थिंग) होईल अशी व्यवस्था केलेली असते. अर्थिंग होणारी जागा ओलसर राहावी यासाठी तेथे पाणीही टाकले जाते, त्याप्रमाणे दूर्वांची मुळे नेहमी ओली राहतात. दूर्वेची रचना पाहिली तर तिन्ही पाती एका ठिकाणी जोडलेली असतात. तसेच तिन्ही शक्तींना (फेज) त्यांच्या मुख्य कूटस्थ (न्यूट्रल) केंद्रबिंदूमध्ये नीट जोडून ठेवलेले असले, की संगणकही व्यवस्थित चालतो. त्या ठिकाणी आगीचेही भय राहत नाही. श्री गणेशाला दूर्वाच का वाहायच्या याचा विचार करताना त्यातला हा गूढार्थ उपयोगी पडतो.

शरीरस्थ संगणक म्हणजे मेंदू किंवा गणेशमूर्ती यांचे पूजन, अर्चन, यजन, हवन करत असताना दूर्वांच्या जुड्या वाहणे, दूर्वांचा लेप लावणे किंवा दूर्वांचा रस पोटात घेणे, नाकात दूर्वांच्या रसाचे थेंब टाकणे हे सर्व योग्यच आहे. कारण दूर्वासुद्धा पृथ्वीच्या ओलाव्यातूनच प्रकट झालेल्या असतात. महागणपती, महासंगणक किंवा संपूर्ण विश्वात असलेली श्री गणेशसंकल्पना यांचा या दूर्वारूपी हिरवळीच्या तत्त्वाशी कसा संबंध असतो हेही कळते.

शांत स्वरूपाचे ध्यान

श्री गणेशाला दूर्वा प्रिय असल्याने जो त्याला दूर्वा अर्पण करतो त्याला तो प्रसन्न होतो. अर्थातच थंड डोक्याने काम केले असता व्यवहार चांगले होतात व सर्वांचे सहकार्य मिळाल्यामुळे ती व्यक्ती कुबेराप्रमाणे धनसंपन्न होते, असेही म्हणायला हरकत नाही. येथे कुबेराची उपमा दिलेली आहे. संपूर्ण विश्वाच्या धनाचे रक्षण करणारी देवता म्हणजे कुबेर. यक्ष-किन्नरांचा अधिपती असलेली देवता म्हणजे कुबेर. हा कुबेर रावणाचा भाऊ होता, सहोदर नव्हे. सतत अडचणी झेलत, लढाया करत, दुर्वर्तन करत रामाच्या बाणाने प्राण सोडावा लागलेला अहंकाररूपी रावण एका बाजूला आणि डोके शांत ठेवणारा कुबेर दुसऱ्या बाजूला. डोके शांत ठेवणारा कुबेर धनसंपन्न असणार हे निश्चित व त्याला धनसंपत्तीचा अधिपती नेमले जाणार हेही निश्चित. संगणकानेही व्यवस्थित व सतत काम केले, तो अधूनमधून बंद पडला नाही किंवा करावा लागला नाही, काम करताना त्यात काही चूक (एरर) संदेश आला नाही, तर संगणक चालविणाऱ्याचा व्यवहार चांगला होईल, व्यापार चांगला होईल, चार पैसे अधिक मिळतील.

येथे एकदम कुबेराचे नाव का घेतले आहे, हा विचार करण्यासारखा मुद्दा आहे. या ऋचेत कुबेर असा शब्द न वापरता 'वैश्रवणोपमो' असे म्हटले आहे, त्यामुळे या ऋचेचा अर्थ समजून घेताना त्यात कुबेराला आणायलाच पाहिजे असे नाही. निदान मथितार्थ पाहताना तरी वेगळा विचार करता येईल. श्री गणेशाला दूर्वांनी जो संतुष्ट करतो, त्रिगुणांच्या पलीकडे जो जातो किंवा त्याला थंड राहण्यासाठी जो मदत करतो त्याला श्री गणपती आशीर्वाद देणार व त्यातून मोठा लाभ होणार हे निश्चित. पण धनसंपन्न होण्यासाठी करावी लागणारी मेहनत, आखावी लागणारी योजना व आवश्यक असणारी हुशारी टाळता येणार नाही. केवळ दूर्वा अर्पण करण्याने व्यक्ती धनसंपन्न होईल असे नाही. जो दूर्वांच्या माध्यमातून आपल्या शरीरस्थ गणपतीला शांत ठेवतो, बाह्य गणपतीची शांतपणे उपासना करून त्याच्या शांत स्वरूपाचे ध्यान करतो, त्याला कर्म करण्यासाठी ताकद मिळेल. त्याला चांगल्या व्यवहाराची तसेच लोककल्याणाची बुद्धी होईल आणि त्यातून तो धनसंपन्न होईल. ही ऋचा 'विशेषत्वाने श्रवण उपमो भवति' अशा अर्थाने समजून घेतली तर ते जास्त उपयोगी पडेल. आंतरदृष्टी असते तशी आंतरश्रवणशक्ती (क्लिअरव्हॉयन्स) पण असते. तृतीय नेत्राने जसे मायेच्या पलीकडचे दिसते, तसे गणेशाच्या आशीर्वादाने परमतत्त्वाचा संदेश किंवा श्री महागणपतीशी संवाद साधता येईल, म्हणजेच भगवंतांचे शब्द ऐकू येतील आणि एकूण व्यवहाराचे गूढ तत्त्व समजू शकेल.

तोच होईल मेधावान

जलतत्त्वाच्या व वनस्पतीच्या संयोगानेच पुन्हा सृष्टी उत्पन्न करता येते. त्यामुळे संपूर्ण जगात कोरडेपणा आला तरी जलतत्त्व धरून ठेवण्याचे सामर्थ्य असणाऱ्या, त्रिगुणांच्या साह्याने जलतत्त्व म्हणजे जीवनात रस टिकविणाऱ्या दूर्वा महत्त्वाच्या होत. जो अशा तऱ्हेने दूर्वांकुर किंवा दूर्वांचा शीत धर्म उपयोगात आणून त्यांच्या गुणाप्रमाणे लोककल्याणासाठी धीराने वर्तन करेल तो कुबेराप्रमाणे श्रीमंत होईल हे आपण पाहिले. जो स्वतःच्या कर्तव्यात दृढनिष्ठेने टिकून राहतो आणि सत्त्व, रज, तम या तिन्ही गुणांना ओलांडून एकत्वाचा अनुभव घेतो, ज्याला भक्ती, श्रद्धा, प्रेम यांच्यात रस असतो, त्यासाठी जो दगडसुद्धा भेदून खोलवर जाऊ इच्छितो, म्हणजे 'प्रयत्ने वाळूचे कण रगडिता तेलही गळे' यावर विश्वास ठेवतो असा मनुष्य निश्चितच धनवान होतो.

यो लाजैर्यजति स यशोवान् भवति ।
स मेधावान् भवति ।।१७।।

जो लाह्यांची आहुती देऊन अथर्वशीर्षाचा पाठ करेल त्याला यश मिळेल, तो मेधावान होईल.

गूढार्थ - लाह्यांची विशेषता अशी की, लाह्या त्यात असलेल्या धान्याचे तत्त्व तर धरून ठेवतातच, परंतु मूळ धान्याच्या तुलनेत त्या प्रसरण पावलेल्या असतात, त्यांच्यातील पाणी निघून गेलेले असल्यामुळे त्या अग्नीला अधिक प्रिय असतात, अर्थातच त्या पचायला हलक्या असतात. पुन्हा जीवसृष्टी उत्पन्न करण्याची ताकद असणाऱ्या या द्रव्याच्या योगे श्री गणेशाची सेवा करायची, म्हणजे लाह्यांचे अग्नीत हवन करायचे. अग्नीला विरोधी असणारे तत्त्व म्हणजे जलतत्त्व, मात्र लाह्यांमधला सर्व ओलावा शोषून घेतलेला असल्याने त्या अग्नीत अर्पण केल्या, की कोणत्याही प्रकारे अग्नीला त्रास देत नाहीत. (यज्ञ हवन करताना ओली लाकडे वापरली, तर अग्नीला जेवढा त्रास होत असेल त्याच्या चौपट त्रास यज्ञ करणाऱ्यांना होतो. त्यांचे डोळे दुखतात, चुरचुरतात, शिवाय धुरामुळे आजूबाजूला कोणी थांबू इच्छित नाही.) अशा या लाह्यांचे जो अग्नीत हवन करेल, त्यामुळे वातावरणात पसरणाऱ्या कणांना श्री गणेशाच्या मंत्राने अभिमंत्रित करेल, तो यशस्वी होईल. तो नुसताच यशस्वी होईल असे नाही, तर बरोबरीने मेधावानही होईल.

मेधा हा मेंदूचा गुण आहे, मेंदूची कार्यपद्धती आहे. अथर्वशीर्षाने अभिमंत्रित लाह्यांचे अग्नीत हवन केल्यानंतर वातावरणात पसरणारे अत्यंत सूक्ष्म द्रव्य मेंदूपर्यंत पोहोचू शकते आणि मेधारूपी कार्यपद्धतीचा लाभ होऊ शकतो किंवा हे सूक्ष्म द्रव्य जलामध्ये समर्पित होऊन त्याद्वारेही मेंदूपर्यंत पोहोचू शकते, बरोबरीने मंत्रस्पंदनेही मेंदूला मिळू शकतात. तेव्हा यजन करत असताना मंत्र म्हणण्याबरोबरीने अशा तऱ्हेच्या साळीच्या लाह्यांचे हवन केले, तर साधक यशवान व बुद्धिमान होतो. खरे तर यश व बुद्धी एकत्र मिळाले तरच बरे असते. नुसते यश मिळाले, पण बुद्धी नसली तर त्या निर्बुद्ध व्यक्तीच्या मेंदूत, मनात वा व्यक्तिमत्त्वात अहंकार शिरतो. तसेच बुद्धीच्या योगे क्रमाक्रमाने सामर्थ्य व यश मिळवणे अपेक्षित असते. असे न होता फक्त बुद्धी बाळगली तरी ती व्यक्ती नुसतेच चिंतन करत बसते. तेव्हा यश व बुद्धी या दोन्ही गोष्टी एकत्र मिळणे गरजेचे असते आणि येथे यासाठीचा उपाय सांगितलेला आहे.

संगणकाच्या बाबतीत पण ही गोष्ट नक्की, की जे संगणकाला पुरवायचे आहे ते अत्यंत सूक्ष्म, एखाद्या अणूवर भारित करून दिले नाही, तर त्याचा आकार अकारण वाढत जाईल. तेव्हा संगणकात जे अर्पण करायचे आहे, म्हणजे जे गणित, जी माहिती आत द्यायची आहे, ती अग्नीला समर्पण करून म्हणजेच शक्तीच्या माध्यमातून आणि अगदी सूक्ष्मरूपात समर्पित होणे इष्ट आहे. सूक्ष्मत्वाच्या बरोबरीने त्यात संकल्पना असणेही आवश्यक असते, नुसत्या सूक्ष्मत्वाला काही अर्थ नसतो. अगदी बारीकात बारीक बीज घेतले, तरी त्या बीजापासून कुठले झाड निर्माण होणार आहे याची संकल्पना असावीच लागते. अशीच सूक्ष्म संकल्पना संगणकालासुद्धा अर्पण करावी लागते.

यो मोदकसहस्रेण यजति स वाञ्छितफलमवाप्नोति ।।१८।।

सहस्र मोदकांनी यजन करणाऱ्याच्या सर्व इच्छा पूर्ण होतात.

गूढार्थ – मोदक तयार करताना पाकळ्या करून वर टोक करण्याची पद्धत का सुरू झाली असेल? या पाकळ्या आत असणाऱ्या विभागांच्या निदर्शक असतात व ते सर्व विभाग नंतर एका ठिकाणी एका बिंदूत आणून ठेवलेले असतात, जेणेकरून मोदक अर्पण केला असता, त्याचा आकार पाहूनच श्री गणपतीला मोद म्हणजे आनंद होईल. मोदकाच्या आत नाना प्रकारची मिश्रणे, सुका मेवा, साखर, नारळ वगैरे भरलेले असते. त्यामुळे मोदक आनंददायी असतो. लाडू दिले तरी तो मोद-क

म्हणजे मोद देणाराच असतो. परंतु लाडू खाल्ल्यावर त्यात असलेल्या प्रत्येक पाकळीची विभागणी करणे आणि तो पचवणे हे दोन्ही अवघड असते. मोदकाची वरची पारी (आवरण) तांदळाच्या पिठाच्या उकडीपासून बनविलेली असते आणि आतील सारण अत्यंत पौष्टिक असते. मोदक तुपाबरोबर खाण्याने पचायला मदत मिळते. श्री गणपतीला मोदक प्रिय असल्याने त्याला मोदक देण्याने आपल्या मनोकामना पूर्ण होतात. हे उकडीचे मोदक शरीरस्थ मेंदूसाठी उपयोगी पडतात.

संगणकाच्या दृष्टीने विचार केला तर एकमेकाला पूरक असे अनेक प्रोग्रॅम्स एकत्र करायचे. त्या प्रोग्रॅम्सचे टोक मात्र एका ठिकाणी, जे आत लोड होताना बरोबर एका विशिष्ट विभागामध्ये राहील व त्या संकल्पनेवर आधारित पुढे काम करता येईल अशा प्रकारचीच योजना केलेली असते. संगणकात जेवढे जास्त प्रोग्रॅम्स असतील तेवढे त्याचे महत्त्व वाढते. जेवढे जास्त प्रोग्रॅम्स असतील तेवढे संगणक चालविणाऱ्यालाही अधिक सुख मिळते. संकल्पना व स्मृती जेवढ्या जास्त (मोठी हार्ड डिस्क - लंबोदर) असतील, तेवढे संगणक अधिक प्रमाणात व चांगले कार्य करू शकतो. उदा. चित्रांवर पुढे काही काम करायचे आहे, त्यांच्यात काही सुधारणा करायची आहे, तर त्यासाठी योग्य तो ॲप, योग्य तो प्रोग्रॅम म्हणजे मोदक द्यावा लागेल. त्यानंतरच 'वांछितफल', म्हणजे आपल्याला हवे ते फल मिळू शकेल.

यः साज्यसमिद्भिर्यजति स सर्वं लभते स सर्वं लभते ।।१९।।

तुपासहित समिधांची आहुती देणाऱ्याला सर्व प्राप्त होते.

गूढार्थ - यज्ञ करताना वेळेचे तंत्र खूप सांभाळावे लागते. द्रव्याला तूप लावून यज्ञात टाकले तर ते एकदम जळून जात नाही, तुपामुळे त्याची जळण्याची गती नियंत्रित होते. शिवाय दिलेल्या आहुतीचा अग्नीकडून स्वीकार करण्यासाठी, अग्नी पेटविण्यासाठी तूप उपयोगी पडते. म्हणून यज्ञाला समिधा देताना म्हणजे यज्ञाला शक्ती मिळत असताना एकदम सगळी शक्ती विसर्जित होणार नाही याची योग्य काळजी घेणे अपेक्षित असते. योग्य दाबाने शक्ती मिळत राहावी यासाठी तुपासहित समिधा अर्पण कराव्या लागतात. जसे एखाद्या यंत्रात तीन व्होल्टची बॅटरी टाकली तर तीन व्होल्ट या दाबानेच शक्ती आत मिळत राहील, शिवाय ही शक्ती ते यंत्र चालू असतानाच मिळेल, बाकीच्या वेळी मिळणार नाही. बॅटरी जशी संगणकाला विजेचा, शक्तीचा पुरवठा करते, तसे यज्ञाच्या वेळी समिधा शक्तीचा पुरवठा करत असतात. वेगवेगळ्या

वनस्पतींच्या समिधा विशिष्ट प्रकारचा अग्नी विशिष्ट कार्यासाठी उपलब्ध करून देण्यास सक्षम असतात.

'सः सर्वं लभते स सर्वं लभते।' - संगणक चालू केल्यावर त्याला योग्य प्रकारे सर्व तऱ्हेची शक्ती व संकल्पना दिल्या की तो काम करतो व संगणकावर काम करणाऱ्याचे काम नीट होते. याचप्रमाणे तूप लावून समिधांचे श्री गणेशाला हवन करून, अथर्वशीर्षाचा पाठ केला की, धुरामधून येणाऱ्या बारीक कणांवर मंत्रसंकल्पना आरूढ असल्याने साधकाला सर्व काही मिळते.

अष्टौ ब्राह्मणान् सम्यग्ग्राहयित्वा सूर्यवर्चस्वी भवति ।।२०।।

सात्त्विक वृत्ती ठेवून ब्रह्मोपासना करणाऱ्या आठ व्यक्तींनी एकत्र अथर्वशीर्ष म्हटले तर ते सूर्याप्रमाणे तेजस्वी होतात.

या ऋचेत खूप गूढार्थ भरलेला आहे. मेंदूच्या आठ भागांमध्ये चालणाऱ्या सर्व संवेदना एकत्रित आणून शरीराच्या अवयवांना, नसांना व शरीरातील पेशींना चलनवलनाची सूचना देणारे सूर्यकेंद्र, सगळ्यांनी एकत्र काम केल्याशिवाय यशस्वी होत नाही किंवा त्याचा अधिकार शरीरावर चालत नाही. हाताने काय करायचे आहे, पायाने काय करायचे आहे, वाणीवाटे काय उच्चारायचे आहे या सर्वांमध्ये सुसूत्रता हवी. डोळ्यांनी पाहिले की अमुक दिशेला जायचे आहे, तर पायांना त्या दिशेलाच जावे लागते. वास्तविक डोळ्यांची हालचाल करवणारे केंद्र वेगळे आणि पायांना गती देणारे केंद्र वेगळे. ही सर्व व्यवस्था मेंदूतील वेगवेगळ्या केंद्रातून केली जाते. मेंदूलाच ब्रह्म-ब्राह्मण असे म्हटलेले आहे. मेंदूचे आठ विभाग असतात, म्हणजे मेंदूचे डावा व उजवा असे दोन भाग करून नंतर त्याचे उभे व आडवे काप केले, तर मेंदूचे आठ भाग तयार होतात. हे मेंदूचे आठ विभाग व त्यांची वेगवेगळी कार्यपद्धती बघितली तर ४-८-१६ या मात्रांचा हा सगळा खेळ समजू शकतो. 'सम्यग्ग्राहयित्वा' म्हणजे या सगळ्यांनी एकत्रितपणे काम केले, तरच आपल्या चलनवलनावर नियंत्रण करणाऱ्या सूर्यकेंद्राचे वर्चस्व शरीरावर स्थापित होते.

मेरुदंड, तोचि विष्णू

विष्णू व सूर्य हे एक आहेत असे म्हटले जाते. विष्णुदेवता ही आपल्या शरीरातील चेतासंस्थेची, मेंदूची व संपूर्ण मेरुदंडाची देवता आहे. आपल्या

शरीरातील भौतिकाचा भाग म्हणजे मेरुदंड. म्हणून मेरुदंडालाच जवळजवळ विष्णूचे स्वरूप समजले जाते.

सूर्यग्रहे महानद्यां प्रतिमासंनिधौ वा जप्त्वा सिद्धमन्त्रो भवति।
महाविघ्नात् प्रमुच्यते। महादोषात् प्रमुच्यते।
महापापात् प्रमुच्यते।।२१।।

सूर्यग्रहणाच्या वेळी महानद्यांच्या सान्निध्यात गणेशमूर्ती ठेवून अथर्वशीर्षाचा पाठ केला तर तो लवकर सिद्ध होतो आणि साधक मोठी संकटे, मोठे दोष व मोठ्या पापांतून मुक्त होतो.

सूर्याच्या (कॉर्पस स्ट्रॅयाटम या मेंदूतील केंद्राच्या) आजूबाजूने निघणाऱ्या सगळ्या चेतासंस्था व मेंदूजल या महानद्या आहेत. त्यांची कल्पना करून तेथे असलेल्या केंद्रांच्या सान्निध्यामध्ये, दोन भ्रूमध्यामध्ये गणेश प्रतिमेचे ध्यान धरून जर ही शक्ती पोहोचवली किंवा उपासना केली तर हा मंत्र सिद्ध होतो. म्हणजे आपण सांगितलेली मंत्राची संकल्पना उचलली जाते. त्यामुळे नंतर मोठी विघ्ने टळतात, महादोष टळतात, महापापांमधूनही मुक्ती मिळते.

या ऋचेचे शब्दशः भाषांतर केले तर कुठले सूर्यग्रहण, कुठली महानदी, कुठली गणेशमूर्ती हे कळत नाही; साहजिकच अशा ठिकाणी अथर्वशीर्षाचा पाठ करायचा म्हटले तर ते स्थान शोधणे अशक्य दिसते. 'सूर्यग्रहे' म्हणजे 'सूर्यग्रहण' असा अर्थ घेतला तरीही सर्व उलगडा होत नाही. ज्याला सूर्यग्रहाची उपमा दिलेली आहे ते 'मेंदूतील केंद्र' असा अर्थ धरलेला आहे. तो अर्थ जास्त बरोबर वाटतो. असा अर्थ धरून पुढे जे कार्य केले ते यशस्वी झाल्याचे अनुभव आहेत. तसे पाहता ग्रहणकालामध्ये सर्व मंत्र सिद्ध करून घ्यावे असे शास्त्र सांगते.

स सर्वविद् भवति स सर्वविद् भवति। य एवं वेद।
इत्युपनिषत्।।२२।।

अथर्वशीर्षाचे पूर्ण ज्ञान झालेला मनुष्य सर्वज्ञ होतो, असे हे वैदिक ज्ञान सांगितलेले आहे.

श्री गणपतीचे उपासनातंत्र समजून घेऊन उपासना करणे गरजेचे आहे. म्हणजे अथर्वशीर्षाचा केवळ लौकिकार्थ लक्षात घेऊन त्याचे नुसते पठण केले, नुसता मंत्र

म्हटला, पण त्यानुसार कृती केली नाही तर, त्या व्यक्तीला मंत्राचे सम्यक् ज्ञान झाले आहे किंवा त्याने मंत्राचा पूर्ण अभ्यास केला आहे असे म्हणता येणार नाही.

श्री गणपतीची जेव्हा संगणकाबरोबर तुलना केली, तेव्हा गणपती म्हणजे संगणक नव्हे हे समजून घेतले. परंतु आधुनिक काळात किंवा कलियुगात संगणकासारखे यंत्र उपयोगात आणण्यामुळे जीवन सुखी होणार असेल, माणसाचे कल्याण होणार असेल, तर व्यक्तीच्या आत असणारी - श्री महागणपती - ही जी शक्ती मेंदूच्या ठिकाणी स्थित आहे, त्याची उपासना केल्यास त्याला मानवकल्याणाची संगणकासारखी कल्पना सुचेल यात नवल नाही. अंतःस्थ गणपतीच्या कृपेनेच संगणकाचा शोध लागू शकला. श्री गणेश किंवा शरीरस्थ असणारी श्री महागणपती देवता यांची उपासना कशी करावी हे लक्षात यावे म्हणून किंवा त्यांच्यातले साम्य समजावे म्हणून श्री गणेशाची संगणकाशी तुलना केलेली आहे. संगणक म्हणजे गणपती नव्हे किंवा गणपतीला संगणक ठरवून त्याला मर्यादित स्वरूपात आणण्याची ही योजना नव्हे.

श्री गणेश उपासनेतून संगणकाचाही महासंगणक असणारा, जो प्रत्येक व्यक्तीच्या मेंदूमध्ये श्री महागणपती या रूपाने राहतो त्याची उपासना करणाऱ्या व्यक्तीचे कल्याण नक्कीच होते. म्हणून आजही सर्वत्र श्री गणपतीचे पूजन, अर्चन व उपासना चालू आहे. ज्यांनी श्री गणेशाचे तत्त्वरूप असे संपूर्ण ज्ञान मिळविलेले नाही, परंतु संपूर्ण श्रद्धेने व प्रेमाने श्री गणेशाची उपासना करत आहेत त्यांनाही काही अंशी लाभ होतो आहे, म्हणूनच हजारो वर्षे श्री गणेशाची उपासना चालू आहे. सृष्टिरचनेबरोबर तयार झालेल्या व आवाहन केल्यास दर्शन देऊन भक्ताचे कल्याण करणाऱ्या स्वयंभू गणपतीचे पूजन-अर्चन तर होतेच, परंतु त्याबरोबरच पार्थिव गणेशाचेही पूजन-अर्चन होते. पार्थिव गणेशाच्या पूजन-अर्चनासाठी भाद्रपद महिन्यात दहा दिवसांच्या विशेष उत्सवाची योजना केलेली असते. स्वयंभू गणपतीची मंदिरे कायमस्वरूपात असतात. तेथे बारा महिने उपासना-पूजन चालू असते. विशिष्ट जागेवर कोणी अत्यंत श्रद्धेने तपश्चर्या केली, त्याला प्रत्यक्ष श्री गणपतीने दर्शन देऊन ज्ञान दिले तर, त्याही ठिकाणी स्वयंभू मंदिरांची स्थापना झालेली दिसते. म्हणून स्वयंभू गणपतींचे व अष्टविनायकांचे महत्त्व असते. त्याचबरोबर वैयक्तिक पातळीवर स्वतःच्या घरात गणेशमूर्ती ठेवणे, त्याही पलीकडे जाऊन वाचस्पती किंवा बुद्धी, सिद्धीची ही देवता आपल्याला व्यक्तिगत स्वरूपात मेंदूत उपलब्ध आहे, हे समजून घेऊन त्याप्रमाणे उपासना करणे हे सर्वाधिक फलदायी ठरते. उपासना म्हणजे इंद्रियनिग्रह. इंद्रियांनी स्वीकारायचे सर्व प्रकारचे अन्न म्हणजे

तोंडाने पदार्थ सेवन करणे, कानाने ऐकणे, डोळ्याने पाहणे वगैरे सर्व क्रियांवर निर्बंध ठेवणे, मनाचे आतल्या चैतन्यावर पूर्ण लक्ष केंद्रित करणे हे उपासनेमध्ये अभिप्रेत आहे.

जलाचिये कारणी...

भाद्रपदातील पार्थिव गणपतीचे दहा दिवसांनंतर जलात विसर्जन केले जाते. पृथ्वीतत्त्व हे एका जागी स्थिर असते, त्याऐवजी त्याचे जलतत्त्वात रूपांतर झाले की, ते प्रवाही होते. म्हणजे ते काळाबरोबर पुढे जाऊ शकते, अवकाशात फिरण्यासाठी, वाहण्यासाठीही त्याला शक्ती मिळते.

गर्भाशयात गर्भाचा विकास होत असताना गर्भ नऊ महिने गर्भजलात असतो. नंतर मेंदू (शरीरस्थ श्री गणपती) हासुद्धा मेंदूजलात स्थित केलेला असतो. याच्यातही एक मोठे विज्ञान आहे. या शरीरस्थ श्री गणपतीमधून मिळणारी शक्ती, तरंग व संकल्पना हे मेंदूजलामार्फत शरीरात कार्य करतात आणि मनुष्याला ऋद्धी, सिद्धी प्रदान करतात. जलामुळे, ओलाव्यामुळे जसे माहितीचे आदानप्रदान सोपे होते, तसेच मूळचे असलेले दोषसुद्धा जलात प्रकट होतात. आपल्या पूर्वजांकडून आलेले किंवा जिवाच्या स्वतःच्या कर्मानुसार बरोबर आलेले गुणदोष प्रकट होऊ शकतात. या गुणदोषांना व्यवस्थितपणे संतुलित करून मनुष्याला त्रास होऊ नये, विघ्न येऊ नये व कार्यसिद्धी व्हावी, यासाठी प्रयत्न करावा लागतो. असा प्रयत्न केला जातो पितृपंधरवड्यामध्ये. आपले वाडवडील, पूर्वजन्मातील किंवा या जन्मातील जे सर्व लागेबांधे आहेत, जी सर्व कर्मबंधने आहेत, ती दूर करण्यासाठी विशेषप्रकारे उपासना करून त्यांना शांत केले, तरच पुढचे आयुष्य आनंदात पार पडते. यासाठी भारतीयांनी श्राद्धविधी सांगितला. तसेच पूर्वजांची आठवण म्हणून दानधर्म करण्याचा मार्ग शोधला. पूर्वजांना नमस्कार करणे, त्यांची आठवण ठेवणे, ज्या दिवशी त्यांचे भौतिक देहातून विसर्जन झाले त्या दिवशी त्यांची आठवण काढून त्या निमित्ताने त्यांना आनंद वाटेल, त्यांना बरे वाटेल अशा कृती करणे या पद्धती सर्व जगभर आढळतात. परंतु भारतीयांनी त्याचे एक विशेष शास्त्र तयार केलेले आहे. तो हा पितृपंधरवडा (महालय पक्ष).

असे सर्व आटोपल्यानंतर शुद्ध झालेल्या सात्त्विक भावाने पुढे शक्तीची उपासना केली जाते, ती म्हणजे नवरात्राची उपासना. नवरात्रामध्ये तिन्ही शक्तींचे आवाहन करून विशेष तपश्चर्या केली जाते. श्री गणेश ही बुद्धीची देवता असल्यामुळे त्यांच्याबरोबर सरस्वती शक्ती असतेच, तसेच संपूर्ण शरीराची देखभाल करणारी

चेतासंस्था व चलनवलन व्यवस्थित चालविणाऱ्या श्री विष्णूंची शक्ती म्हणजेच शरीरधनापासून ते पशुधनापर्यंत सर्व प्रकारचे धन असणारी लक्ष्मी शक्ती हीसुद्धा असते. त्याचबरोबर, विशिष्ट काळानंतर निसर्गाला परत देऊन नवीन उत्क्रांतीसाठी वापरात येणारी शिवशक्ती पार्वती किंवा दुर्गा शक्ती हीसुद्धा असतेच.

देवता व त्या देवतेची शक्ती यांची एकत्र उपासना करण्याची पद्धत म्हणजे नवरात्रउपासना. भारतीय शास्त्रांनी मनुष्यमात्राच्या कल्याणासाठी व त्याला आरोग्य, ऐश्वर्य, आत्मसमाधान व तेज मिळावे या हेतूने तयार केलेला हा नवरात्र उपासनेचा विधी. नवरात्राच्या उपासनेत नंदादीपाला अर्थात दीपज्योतीला खूप महत्त्व असते. कारण शक्तीचे स्वरूप हे अग्निरूपाने आपल्याला दिसू शकते. दिव्याची ज्योती म्हणजेच अग्नीच्या माध्यमातून शक्तीची उपासना केली जाते. त्याचबरोबर वेगवेगळ्या प्रकारच्या चलनवलनाची वृद्धी व्हावी, मूलाधाराच्या ठिकाणी असलेली शक्ती जागृत होऊन वर उचलली जावी, या हेतूने फेर धरणे, स्वतःभोवती फिरणे, सूफी डान्स, रास, गरबा, घूमर असे काही विशेष नृत्य उपासनेचे प्रकारही रूढ झालेले दिसतात. नवरात्र हे प्रत्येक कुटुंबापुरते महत्त्वाचे असते; कारण त्या कुटुंबाच्या तेजासाठी ही उपासना असते. ज्यांच्या घरी घटस्थापना किंवा नवरात्र उत्सव होत नाही, त्यांनी निदान नऊ दिवस नंदादीप म्हणजे २४ तास तेवत राहणारा दिवा अवश्य ठेवावा. सकाळ-संध्याकाळ घरात धूप करून दिव्याला अवश्य नमस्कार करावा. घरच्या सर्वांनी एकत्र नमस्कार करणे चांगले.

अशा प्रकारे स्मार्ट गणेश आणि स्मार्ट संगणक यांच्या माध्यमातून आपण 'गणेशविद्या' समजून घेतली. या पुढच्या विभागात श्री गणेशांचे मुख्य अवतार, त्यांच्या कथा आणि त्याद्वारे आपल्याला होणारा बोध यांची माहिती घेऊ या.

श्री गणेश – सोपा पूजाविधी

पूजा करणाऱ्याने प्रथम आपले मन व शरीर शांत करावे. आपल्या गळ्यात असलेल्या दोन ग्रंथींवरून पाणी घरंगळत गेले, तर संपूर्ण शरीराला शांती मिळते (आचमन). यानंतरच कुठल्याही कार्याची सुरुवात करावी असा प्रघात आहे.

- म्हणून पूजेच्या पूर्वी आचमन म्हणजे तीन वेळा पळीभर पाणी घ्यायचे असते. हे पाणी श्वासाने आत ओढून घ्यायचे नसते तर ते जिभेवरून खाली घरंगळत जाणे अपेक्षित असते.
- आपण ही पूजा सर्वांसाठी करत आहोत, त्यात सर्वांचे कल्याण अभिप्रेत आहे असा विचार करून एक पळीभर पाणी सोडावे, जे वातावरणात पसरते व संकल्प सर्वांपर्यंत पोहोचतो.
- समोर असलेल्या देवतेला नमस्कार करून देवतेला म्हणावे की आम्ही आता पूजा करणार आहोत. आम्ही आपले आवाहन करत आहोत. मनात असा आदराचा भाव असणे अत्यंत महत्त्वाचे असते. आपल्याकडे पाहुणा आला तर आपण म्हणतो, या (आवाहन); नंतर त्याला खुर्चीवर वा सोफ्यावर बसण्यास सांगतो (आसन-सुप्रतिष्ठितमस्तु); नंतर त्याला फ्रेश व्हायचे आहे का वगैरे विचारतो (पाद्यम्, स्नानम्, आचमनीयम्); नंतर गंध, अत्तर वगैरे लावतो, फूल किंवा पुष्पगुच्छ वगैरे देतो (उपचार); चांगले वातावरण तयार व्हावे यासाठी धूप-दीपाची योजना करतो; नंतर काहीतरी खायला देतो (नैवेद्य); नंतर विडा, तांबूल, सुपारी देतो; एखादी वस्तू भेट देतो; शेवटी

पाहुणा जायच्या वेळी त्याला 'पुन्हा या' (पुनरागमनाय च) असे म्हणून निरोप देतो. हाच क्रम देवाच्या पूजेतही असतो.

- हात जोडून नमस्कार करावा. ॐ केशवाय नमः, ॐ माधवाय नमः, ॐ नारायणाय नमः असे म्हणून प्रत्येक नावाच्या वेळी एक आचमन; ॐ गोविन्दाय नमः असे म्हणून एक पळी पाणी सगळ्यांच्या कल्याणासाठी सोडावे (करण्यात काही चूक होऊ शकते म्हणून हीच क्रिया परत एकदा करावी.)
- देवाला नमस्कार करून आपण या ठिकाणी यावे आम्हाला आपली पूजा व पाहुणचार करायचा आहे असे आवाहन करावे. असा विचार देवाला पोहोचविण्यासाठी अक्षता वाहाव्यात.
- पुन्हा नमस्कार करून देवाला विनंती करावी की, आपल्याला हात-पाय धुवायचे असले तर मी आपल्याला पाणी देत आहे. अशी कल्पना मनात करून पळीत पाणी घेऊन फुलाने पाणी वाहण्याचा प्रघात असतो.
- अंग वाळवण्यासाठी वस्त्र, उपवस्त्र, अलंकार देत आहोत अशी समजूत मनात करून हळद, कुंकू, आभूषणे वाहावीत. सर्व देवता त्यांच्या स्त्री-शक्तीसहच असतात, म्हणून श्री गणेशांनासुद्धा हळद, कुंकू वाहता येते.
- सर्व पूजा सोपेपणाने केली तरी मनात भाव हवा. आपल्याला मदतरूप होणाऱ्या साधनसामग्रीशिवाय आपले चालत नाही, तेव्हा या सर्व साधनसामग्रीसुद्धा देवस्वरूप आहेत हे लक्षात ठेवून पूजा करणे महत्त्वाचे. रस्ता बांधणाऱ्याने रस्ता हे आपले धन किंवा साधन आहे असे मानले, तर तो कमी प्रतीचा रस्ता बांधूच शकणार नाही, म्हणजेच आपले काम व्यवस्थित करेल.
- देवतेला धूप-दीप अर्पण करणे महत्त्वाचे असते. पाण्यात विचार धरले जातात. हे आपल्या भारतीय शास्त्रांमध्येच नाही तर आधुनिक विज्ञानानेही सिद्ध केले आहे. म्हणून विचार करून पाणी सोडले आणि त्याची वाफ होऊन आसमंतात गेली की विचार सगळीकडे पसरतो. म्हणून धूप-दीप दाखवावा. उदबत्ती, धूप वगैरे गोष्टी शुद्ध तेले, अत्तरे, सुगंधी वनस्पती यांच्यापासून तयार केलेल्या असाव्या. अशा प्रकारे धूप केल्यास त्याचा आरोग्यासाठी पण उपयोग होतो. अशुद्ध, रासायनिक, तीक्ष्ण वासाच्या उदबत्त्या, धूप देवतेसमोर जाळू नयेत.
- ॐ प्राणाय नमः, ॐ अपानाय नमः, ॐ व्यानाय नमः, ॐ उदानाय नमः, ॐ समानाय नमः, ॐ ब्रह्मणे नमः असे म्हणून नैवेद्य दाखवावा.

- नैवेद्यासाठी पंचखाद्य, सुकामेवा, केळे, दूध-साखर, लाडू, मोदक वगैरे ठेवता येते. देवतेचे तेज (म्हणजे येथे श्री गणेशांचे तेज, कृपा) अग्नीच्या माध्यमातून घ्यावे लागते म्हणून आरती करावी. तेजाचा संचार सर्व शरीरात व्हावा म्हणून उभे राहून टाळ्या, वाद्य, झांज वगैरे वाजवून आरती करावी.

  शेवटी भरपूर शुद्ध भीमसेनी कापूर जाळावा. कापराच्या धुराने व जळण्याने श्वसनाला फायदा होतो व वातावरणातील व्हायरस नष्ट होतात. आरती सांभाळून ओवाळावी. लहान मुलांच्या हातात आरतीचे ताट-तबक देऊ नये. इतरांनी आरतीच्या ज्योतीवर दोन्ही तळवे धरून आरतीची उष्णता घ्यावी व तळवे चेहरा, मस्तक या ठिकाणी फिरवून त्या तेजाचा-उष्णतेचा अनुभव घ्यावा.

- आत्मा आहे त्याच्यासाठी किंवा जे सर्व ब्रह्म आहे त्यासाठी, वृद्धी व्हावी, साक्षीत्वभाव वाढावा यासाठी प्रसाद द्यावा. नुसते मनाला सुख देईल असे अन्न उपयोगाचे नसते, तर सेवन केलेल्या अन्नाने पंचप्राणांची वृद्धी व्हावी असा भाव अन्नग्रहण करताना ठेवणे अपेक्षित असते. देवाला अर्पण केलेला प्रसादाचा जेव्हा आपण स्वीकार करतो, तेव्हा देवाकडून तो प्रतिसाद आलेला असतो. कारण त्याच्यावर देवाची दृष्टी पडलेली असते व देव सर्व वस्तू सूक्ष्मत्वानेच ग्रहण करत असतात. प्रसादात देवत्वाची अनुभूती आलेली असते व यामुळे पंचप्राणांची वृद्धी होण्यास मदत मिळते. म्हणून देवाला नैवेद्य दाखवून नंतर तो आपण प्रसाद म्हणून स्वीकारायचा असतो.

- यानंतर विडा-दक्षिणा, काही तरी भेट देऊन आणि फूल वाहून नमस्कार करावा.

पती-पत्नी हे एकमेकांचे अर्धांग असतात. त्यामुळे पती पूजा करत असताना पत्नीने त्याच्या हाताला हात लावला की तिनेही पूजा केल्यासारखे असते. आपल्या भारतीय परंपरेत एक प्रार्थना केली जाते,

सर्वेऽत्र सुखिनः सन्तु सर्वे सन्तु निरामयाः ।
सर्वे भद्राणि पश्यन्तु मा कश्चित् दुःखमाप्नुयात् ।।

सर्व जण सुखी असोत. सर्व निरोगी असोत. सर्व जण नेहमी मंगल पाहोत. कोणीही दुःखी नसो.

सह ना ववतु । सह नौ भुनक्तु । सह वीर्यं करवावहै ।
तेजस्वि नावधीतमस्तु मा विद्विषावहै ।।

ईश्वर आम्हा दोघांचे (प्रार्थना करणारा मी व इतर सर्व यांचे) रक्षण करो, पालनपोषण करो, सर्वांना शक्ती प्रदान करो, आमचे वीर्य (सप्तधातू, सारशक्ती) वृद्धिंगत करो. आम्ही सर्व तेजस्वी होवो. कोणाचाही द्वेष न करो. तिन्ही पातळ्यांवर (आधिभौतिक, आधिदैविक, आध्यात्मिक) आम्हाला शांतीचा अनुभव मिळो.

ॐ शान्तिः शान्तिः शान्तिः ।।

पार्थिव श्री गणेश आवाहन व विसर्जन

प्रत्येक घरात वैयक्तिक पातळीवर श्री गणेशांचे पूजन केले जाते. बहुतेकांच्या देव्हाऱ्यातील पंचायतनात गणपतीचा समावेश असतो. वटपौर्णिमा, नागपंचमी, बैलपोळा, रामनवमी, शिवरात्री असे वर्षभरात एका दिवसांचे अनेक उत्सव येतात. परंतु नऊ ते दहा दिवस चालणारे उत्सव फक्त दोनच, एक श्री गणेशोत्सव आणि दुसरा श्री देवीचे नवरात्र. भाद्रपद व आश्विन महिन्यात येणाऱ्या या दोन्ही उत्सवांच्या वेळी वृक्षराजी बहरलेली असते, सगळीकडे हिरवेगार झालेले असते. भाद्रपद गणेशोत्सव हा तर भर वर्षाऋतूतीलच उत्सव. नवरात्र शरद ऋतूत येत असले तरी झिमझिम पाऊस चालू असतो, जो रान हिरवेगार ठेवायला मदत करत असतो. गणेशोत्सव तसेच याच सुमारास येणाऱ्या हरितालिका, मंगळागौरी या उत्सवांच्या वेळी देवतांना पत्री, म्हणजे वेगवेगळ्या झाडांची पाने व फुले वाहण्याची पद्धत असते. तसेच नवरात्रीत नामावलीच्या वेळी १०८ फुले वाहण्याची पद्धत असते. याचे कारण असे की या दोन्ही पंचमहाभूतांच्याही आधी असलेल्या अस्तित्वाच्या सूक्ष्म स्वरूपाच्या या देवता आहेत. आणि या दोन्ही देवतांवाचून संसार नीट चालत नाही. विघ्नहर्ता किंवा दुर्गा, गौरी, लक्ष्मी या देवता नसतील, तर संसारात आवश्यक असलेले मांगल्य, समृद्धी, शक्ती मिळणार नाही. नेमके याच देवतांची पूजा करण्याच्या वेळी मनुष्याला निसर्गाच्या जवळ आणण्याच्या उद्देशाने म्हणून पत्री वा वेगवेगळ्या प्रकारची फुले वाहण्याची पद्धत असल्याचे दिसते. पत्री, फुले वाहत असताना वेगवेगळ्या वृक्षांची माहिती करून घेणे, वृक्ष ओळखणे हे आपसूक होते. फुले-पाने तोडताना बोटांच्या अग्राला त्यांचा रस लागतो व त्याचाही आरोग्यासाठी उपयोग होऊ शकतो.

गणेशोत्सवातील गणेशाची मूर्ती तर अनायासे निसर्गात त्या वेळी उपलब्ध असलेल्या ओल्या मातीची बनवायची असते. फुला-पानांपासून तयार केलेले रंग लावून किंवा खनिज पदार्थांपासून बनविलेले शेंदरासारखे रंग लावून ती गणेशमूर्ती सजवायची असते. पूजेच्या वेळी पाना-फुलांचा उपयोग करायचा असतो. दहा दिवसांनंतर श्री गणेशांचे जलात विसर्जन करण्याची पद्धत असते. पृथ्वीतत्त्व मेरुदंडाच्या तळाला असलेल्या मूलाधार चक्रात स्थित असते व हेच श्री गणेशांचे स्थान आहे. हे तत्त्व ज्या वेळी ब्रह्मस्वरूपाकडे जाऊ लागते, तेव्हा ते प्रथम स्वाधिष्ठानातील जलतत्त्वात विसर्जित होते. मणिपूर चक्र जे नाभीस्थित असते तेथे नवरात्राच्या रूपाने प्रकट होते. या वैश्वानर अग्नीच्या आशीर्वादाने अन्नाचे सप्तधातूत रूपांतर होते आणि व्यक्तीच्या ठिकाणी पराक्रम, सामर्थ्य या भावांसाठी आकर्षण निर्माण होते. यातून हृदयकमल उमलून त्या ठिकाणी असलेल्या अनाहत चक्रात प्रेमभावनेचा, शांततेचा अनुभव घेता येतो.

जलात सर्व विचार येऊ शकतात, राहू शकतात. ज्या वेळी पंचीकरणातून सृष्टी उत्पन्न झाली, तेव्हापासून घडलेले सर्व काही जलाला माहीत असते. त्यामुळे जलाचा उपयोग सर्व प्रकारचे जीवन वाढविण्यासाठी केला जातो आणि म्हणूनच पाण्याला 'जीवन' म्हटले जाते. जल प्रवाहित असते, तसे जीवनही प्रवाहित असते. सृष्टीत असलेल्या सर्वांचेच, मनुष्यमात्र, प्राणिमात्र, वृक्ष वगैरे सर्वांचेच विसर्जन शेवटी निसर्गामध्ये करावेच लागते. या सर्वांचा इतिहास जलात सोडून दिलेला असल्यामुळे ही माहिती आवश्यकतेनुसार प्रकट व्हायला मदत होते.

पृथ्वीच्या ६७ टक्के पृष्ठभागावर जल आहे. हे सर्व जल एकमेकांत मिसळलेले आहे. एखादा तलाव सुटा आहे असे वाटत असले तरी त्यातील जलाची वाफ होऊन ते आकाशात जाते, त्यातून पाऊस पडतो. कुठल्या देशातील, कुठल्या तलावातील, कुठल्या पाण्याच्या वाफेपासून तयार झालेले पावसाचे पाणी कुठल्या देशात, कुठे पडेल व ते कोण प्राशन करेल याला काहीही नियम नाही. एका अर्थाने आपण सर्व एकाच पाण्याच्या संस्कारावर वाढलेले आहोत. पाऊस अन्नाला कारण ठरतो. पुढे याच अन्नातून शरीराची उत्पत्ती होते. म्हणजेच अन्न-धान्य शेतीत वाढत असताना वापरल्या गेलेल्या जलाच्या संकल्पना माणसाच्या शरीरात येतात. अशा प्रकारे आई-वडील, पितामह-मातामह वगैरेंचा इतिहास प्रकट होतो. पितृपक्षातील १५ दिवसांमध्ये या सर्वांची आठवण काढली जाते, प्रार्थना करताना विशेष धूपाद्वारा त्यांचे आवाहन करता येते, त्यांचे श्राद्ध केले जाते, त्यांच्या नावे काही तरी दान केले जाते. यामागे असते पितरांचे उतराई व्हावे ही कल्पना.

भाद्रपदातील श्री गणेशांची मूर्ती मातीपासून न बनवता प्लॅस्टर ऑफ पॅरिस, सिमेंट वगैरे द्रव्यांपासून बनविलेली असेल, तर अशा मूर्तीचे जलात विसर्जन होऊ शकणार नाही. अर्थात या दिवसांमध्ये गणपतीचे केलेले पूजन त्याची उपासना वगैरे सर्व वाया जाणार. ज्याने उपासना, प्रार्थना वगैरे केली त्याला त्याचा काहीही उपयोग होणार नाही. म्हणून या दिवसांत प्राणप्रतिष्ठा केला जाणारा श्री गणेश मातीचा, शाडूचा असावा, ज्याचे नंतर पाण्यात विसर्जन करता येईल.

सार्वजनिक गणेशोत्सवात मातीशिवाय अन्य द्रव्यांपासून बनविलेल्या मोठ्या मूर्ती, देखावे यांचे पाण्यात विसर्जन करू नये. तशी व्यवस्था कायद्याने करणे आवश्यक आहे. पूजेच्या गणपतीचे, मग तो वीतभर असेल किंवा हातभर असेल, पाण्यातच विसर्जन करायला हवे. ज्यांना नदी, समुद्र वगैरेपर्यंत जाण्याची सुविधा नसेल, त्यांना घराबाहेर ठेवलेल्या हौदात, घंगाळात विसर्जन करता येईल. मात्र नंतर हे पाणी नदी, समुद्रात सोडावे म्हणजे समाधान होईल.

गणेशोत्सवाच्या निमित्ताने समुदायाला एकत्र आणणे, शेजाऱ्यापाजाऱ्यांना उत्सवाच्या निमित्ताने बोलावणे, सर्वांनी एकत्र आरत्या म्हणणे, प्रसाद वाटणे असे सर्व होत असते. सार्वजनिक गणपती असला तर जवळच्या-दूरच्या लोकांना बोलावून त्यांच्यापुढे काही कार्यक्रम आयोजित करून ज्ञानदान, विचारांचे आदानप्रदान, कलावर्धनाच्या दृष्टीने संगीत, नृत्य, चित्रकला प्रदर्शन वगैरे कार्यक्रम करणे, काही ज्वलंत प्रश्न असेल, तर त्यावर चर्चा घडवून प्रश्नाचे गांभीर्य समाजापर्यंत पोहोचविणे हे सर्व साधता येते. म्हणजे पृथ्वीच्या बारीक कणापासून, पाण्यापासून ते संपूर्ण जनताजनार्दनापर्यंत सर्वांना समाविष्ट करून घेणारा असा हा श्री गणेशाचा सण.

श्री गणेशाचे वनस्पती प्रेम

सुखकर्ता, दुःखहर्ता अशा पार्थिव श्री गणेशाच्या उत्सवाचा भाद्रपद शुद्ध चतुर्थी हा पहिला दिवस. लोकमान्य टिळकांनी गणेशोत्सवाला सार्वजनिक स्वरूप दिले त्यामागील प्रयोजन होते समाजप्रबोधन, जनजागृती, सार्वजनिक संघटन. आजही या गोष्टींचे महत्त्व टिकून आहे. त्याबरोबरीने अजून एक महत्त्वाचा पैलू गणेशोत्सव साजरा करण्यामागे असतो आणि तो म्हणजे श्री गणेशपूजनाच्या निमित्ताने आपले होत असणारे आरोग्यरक्षण. श्री गणेशाची स्थापना होते त्या दिवसापासून ते श्री गणेशविसर्जनापर्यंत घराघरात त्याची पूजा-अर्चा होते, आरती होते, नैवेद्य तयार केला जातो, श्री गणेशाला दाखविल्यानंतर घरातला प्रत्येक जण तो प्रसाद म्हणून सेवन करत असतो. या सगळ्या गोष्टी रितीरिवाज म्हणून, परंपरेचा एक भाग म्हणून केल्या जातात. परंतु जर त्यातील शास्त्र जपले, पावित्र्य राखले तर त्यातून आपल्या आरोग्याला उत्तम हातभार लागत असतो.

श्री गणेशाला दूर्वा प्रिय आहेत हे आपण जाणतो. हे एक उत्तम आयुर्वेदिक औषध आहे. दूर्वांच्या नुसत्या संपर्कात राहण्याने, त्या हाताळल्यानेसुद्धा आरोग्यावर उत्तम परिणाम होत असतात. म्हणूनच आयुर्वेदात गर्भधारणा व्हावी व गर्भधारणेनंतर गर्भरक्षण व्हावे म्हणून स्त्रीच्या व गर्भवतीच्या आसपास ज्या वनस्पती असाव्यात म्हणून सांगितल्या आहेत, त्यात दूर्वांचा उल्लेख आहे. दूर्वा थंड असतात, रक्तदोष दूर करतात, काही व्हायरस म्हणजे सूक्ष्म जीवजंतूंना दूर ठेवतात. उष्णतेमुळे नाकातून रक्त येते, त्यासाठी दूर्वांचा रस नाकात घालण्याचा उपयोग होतो. दूर्वा स्वच्छ धुवून त्यांचा रस खडीसाखरेसह घेतल्यास पित्त कमी होते, रक्त शुद्ध होते,

अनेक त्वचाविकार, नागीण वगैरे त्रास दूर होऊ शकतात. संगणकासमोर बसण्याने डोळ्यांची आग होत असल्यास दूर्वांचा रस घेण्याचा उपयोग होतो. दूर्वांच्या हिरवळीवर अनवाणी पायांनी चालण्यानेही डोळ्यांची ताकद वाढते, डोळ्यांवरचा ताण कमी होतो. नागीण उठल्यामुळे असह्य दाह होत असेल, तर दूर्वांच्या रसात तांदूळ वाटून त्याचा लेप करण्याने आराम वाटतो. उष्णतेमुळे उलट्या होत असल्या, पित्त पडत असले तर तांदळाच्या धुवणात दूर्वा वाटून त्याचा काढलेला रस आणि खडीसाखर हे मिश्रण घेण्याचा फायदा होतो. लघवीला थेंब थेंब होत असेल, आग होत असेल तर दूर्वांचा रस घेण्याने लघवी साफ होते व लघवीचा गडद किंवा तांबडा रंगही नाहीसा होतो. अग्नीच्या संपर्कात काम करावे लागणाऱ्यांनी, सध्याच्या काळात संगणकावर तास न् तास काम करावे लागणाऱ्यांनी किंवा प्रखर प्रकाशात राहावे लागणाऱ्यांनी दूर्वांचा रस खडीसाखर घालून घेणे हितावह असते. (२४ पत्रींची माहिती पुढील प्रकरणात दिलेली आहे.)

श्री गणपतीच्या पूजेत अवश्य असते ते म्हणजे लाल रंगाचे जास्वंदीचे फूल. ताजे जास्वंदीचे फूल मनाला प्रसन्न करतेच, पण देवाला वाहायच्या निमित्ताने बागेत, बाल्कनीत जास्वंदीचे झाड लावलेले असले, की त्याच्या पानाफुलांचा आरोग्यरक्षणासाठी उपयोग करून घेता येतो. जास्वंदीची फुले केसांसाठी उत्तम असतात. जास्वंदीची फुले वाटून किंवा रस काढून केसांना लावली असता केसांची वाढ होते व अकाली केस पांढरे होणे टळू शकते. चाई लागली असता त्या ठिकाणी जास्वंदीच्या फुलांचा रस चोळण्याचा फायदा होतो. जास्वंदीच्या कळ्या (शक्यतो पांढऱ्या जास्वंदीच्या) तुपात तळून त्यात खडीसाखर, नागकेशर मिसळून घेण्याने मूळव्याधीमुळे रक्त पडणे थांबते. स्त्रियांना अंगावरून अधिक प्रमाणात पांढरे जाण्याचा त्रास असेल, तर जास्वंदीचे मूळ दुधात उगाळून, त्यात थोडी खडीसाखर घालून दिवसातून दोनदा घेण्याने बरे वाटते. पुरुषांमध्ये लघवीवाटे धातू जातो, त्यावरही जास्वंदीच्या मुळ्या व पांढऱ्या सावरीची साल यांचे समभाग चूर्ण सकाळ-संध्याकाळ दुधाबरोबर घेण्याने गुण येतो. वाढलेले पित्त कमी करण्यासाठी सात दिवस रोज जास्वंदीच्या पानांचा तीन-चार चमचे रस साखर मिसळून घेण्याचा उपयोग होतो.

श्री गणेशाला केवड्याचे पान आणि फूल अर्पण करण्याचीही पद्धत आहे. केवडा सुगंधी असतो. तो वातनाशक, कफनाशक तसेच विषाचा प्रभाव नाहीसा करणारा असतो. केवड्याचे झुडूप पसरू लागले की त्याला पारंब्या फुटतात. त्या थंड, देहाला दृढ करणाऱ्या आणि रसायन गुणांनी युक्त असतात. स्त्रियांच्या बाबतीत अंगावरून अधिक जात असल्यास केवड्याची मुळी पाण्यात उगाळून खडीसाखरेबरोबर घेण्याचा

उपयोग होतो. अंगात उष्णता वाढली असेल, तर केवड्याच्या पातीच्या रसात जिरे पूड आणि साखर मिसळून आठवडाभर घेण्याने फायदा होतो. या दिवसांत पथ्य नीट सांभाळणे आवश्यक असते. प्रमेहामध्ये केवड्याचे मूळ वाफवून काढलेला रस आणि साखर एकत्र करून घेण्याचा उपयोग होतो.

श्री गणेशाला रुई प्रिय असते. निळ्या-जांभळ्या फुलांची व पांढऱ्या फुलांची असे रुईचे दोन भेद असतात. पोटात वायू होऊन पोट फुगते, दुखते; अशा वेळी रुईच्या पानांना किंचित एरंडेल लावून गरम करून पोटावर शेक केला जातो. यामुळे वायू सरतो व बरे वाटते. छातीत कफ झाला असल्यास रुईच्या पानांचा अशा प्रकारे शेक करणे हितावह असते. वातामुळे अंग ठणकत असल्यास रुईच्या पानांचा शेक केल्याने बरे वाटते. रुईची फुले दम्यासाठी उत्तम असतात.

गोकर्णीची पाने-फुले श्री गणपतीला वाहिली जातात. निळ्या किंवा पांढऱ्या रंगाची गोकर्णीची फुले आकाराने खरोखरच गाईच्या कानासारखी दिसतात. पांढरी गोकर्ण अधिक औषधी समजली जाते. डोके दुखत असल्यास पांढऱ्या गोकर्णीचे मूळ पाण्यात उगाळून तयार केलेले गंध नाकात घालण्याचा उपयोग होतो. अर्धशिशीचा त्रास होत असल्यास त्यावर पांढऱ्या गोकर्णीच्या बिया आणि मूळ एकत्र वाटून तयार केलेला लेप दुखणाऱ्या जागी करण्याचा उपयोग होतो. गर्भपात होऊ नये यासाठी पांढऱ्या गोकर्णीचे मूळ दुधात उगाळून घेत राहणे हितावह असते. गोकर्णीची वेल विषनाशक तसेच दुष्ट शक्तीचा प्रभाव नाहीसा करणारी असते, असे आयुर्वेदाच्या ग्रंथात उल्लेख सापडतात.

डाळिंबाची फुले व पाने हीसुद्धा श्री गणपतीला वाहिली जातात. डाळिंबाचे फळ पित्तनाशनासाठी प्रसिद्ध असतेच, परंतु डाळिंबाची फुले व पानेसुद्धा औषधी असतात. नाकातून रक्त पडण्याचा त्रास असता डाळिंबाच्या फुलांचा रस नाकात टाकण्याचा उपयोग होतो. डोळे आले असता डाळिंबाची पाने बारीक करून बंद डोळ्यांवर लेपाप्रमाणे लावली जातात.

गणेशस्थापना होते त्या दिवशी, तसेच नंतरही जितके दिवस श्री गणेश घरी असतात, तितके दिवस रोज त्यांना नैवेद्य दाखवला जातो व प्रसाद म्हणून घरातील सर्वांना, मित्रमंडळींना वाटला जातो. यात उकडीचे मोदक अग्रस्थानी असतात. पाठोपाठ खोबऱ्याचे लाडू किंवा वड्या, करंजी, तांदळाची खीर, पातोळी यांसारखे पदार्थ करण्याची परंपरा असते. या सर्वांमधली घटकद्रव्ये पाहिली तर त्यात नारळ, गूळ किंवा साखर, तांदूळ, वेलची वगैरेंचा समावेश असते. श्री गणपती बसतात तो वर्षाऋतू असल्यामुळे त्या काळात आपली पचनशक्ती कशी

असते हे लक्षात घेतले, तर ही योजना आपल्या ऋषीमुनींनी किती विचारपूर्वक केलेली आहे हे लक्षात येते. भाद्रपद महिना म्हणजे ऐन पावसाळ्यामध्ये दिवस. पावसाळ्यात शरीरातील वातदोष प्रकुपित झालेला असतो, तसेच पचनशक्ती मंदावलेली असते. बरोबरीने पित्तदोष शरीरात साठायला सुरुवात झालेली असते. अशा वेळी खवा, बासुंदी, श्रीखंड किंवा तळून केलेले गोड पदार्थ, गव्हापासून वगैरे केलेली मिष्टान्ने पचणे अवघड ठरू शकते. म्हणून श्री गणेशांना वात-पित्तशामक, पचण्यास सोपी, तळण्याऐवजी वाफवून तयार केलेली पक्वान्ने नैवेद्य म्हणून दाखविण्याची प्रथा आहे. साधा भात, फोडणीचा भात, चित्रान्न, साखरभात, नारळीभात असे वेगवेगळ्या प्रकारचे भात करता येतात.

नारळाचे फळ चवीला गोड असते, गुणांनी स्निग्ध व गुरु असते तर शीत वीर्याचे असते, पित्तदोषाचे शमन करते, ताकद वाढवते, मांसधातूचे पोषण करते, हृदयाला हितकर असते व मूत्राशयाची शुद्धी करते. याखेरीज स्निग्ध गुणाचा असल्याने नारळ वातदोषाचे शमन करतो व प्राकृत कफाचे पोषण करते. या सर्व गुणांमुळे नारळ वर्षाऋतूत आरोग्यदायी असतो.

तांदूळसुद्धा चवीला गोड, गुणाने स्निग्ध व वीर्याने थंड असतात, बल वाढविणारे व मलप्रवृत्ती बांधून होण्यास मदत करतात, स्वरासाठी हितकर असतात. शुक्रधातूला वाढवितात, इतर धातूंचेही पोषण करतात, पित्तशमन करतात, पचण्यास सोपे असतात, तसेच लघवी साफ होण्यासही मदत करतात.

गूळ चवीला गोड, रुचकर, स्निग्ध, पचायला हलका असतो, अग्निदीपन करतो, मल-मूत्र वाढण्याने झालेले रोग दूर करतो. हृदयासाठी हितकर असतो, त्रिदोषांचे शमन करतो, ताप दूर करतो, संताप दूर करून मन शांत करतो, श्रम नाहीसे करतो, पांडू, रक्ताल्पता, प्रमेह वगैरे व्याधींमध्ये पथ्यकर असतो. गूळ रक्तधातूपोषक व गर्भाशयाची शुद्धी करणाराही असतो.गुळाऐवजी साखर वापरली तरी चालते. चांगल्या प्रतीची साखर स्निग्ध असते, थंड असते, वात-पित्तशामक असते. साखरेमुळे ताकद वाढते, शुक्रधातूचे पोषण होते. साखरेमध्ये सारक गुणधर्म असतो. साखर क्षयरोग, खोकला, तृष्णा, विषदोष व मद्यपानामुळे होणारे रोग, दमा, मूर्च्छा, चक्कर, जुलाब, रक्तदोष, मूळव्याध यांवर औषधाप्रमाणे हितकर असते.

अशा प्रकारे गणेशोत्सवातील रूढी-परंपरेमागचे तत्त्व समजून घेतले, विज्ञान समजून घेतले, तर त्या रूढींचे पालन करणे सोपे होईल.

पत्री नव्हे, आरोग्याची खात्री!

श्री गणेश देवतेला पत्री (विशिष्ट झाडांची पाने) वाहिली जाते. याचे कारण काय? यामागचे विज्ञान काय हे माहीत असायला हवे.

पूर्वीच्या काळी मंगळागौर, श्री गणपती, हरितालिका यांच्या पूजेसाठी पत्रीची (विशिष्ट झाडांची पाने) तयारी केली जात असे. घरातल्या लहान मुली हातात परडी घेऊन पत्री जमवायला जात असत. काही वेळा झाडांवर चढून उंचावरची पाने काढावी लागत अशा ठिकाणी आम्हा मुलांची मदत घेतली जात असे. अशी गोळा केलेली पाने देवाला वाहिली जात असत. एकूण सर्व वनस्पतींची माहिती व्हावी व आरोग्यासाठी फायदा व्हावा या दृष्टीने ही योजना केलेली असावी.

झाडाची पाने तोडून आणण्यात केवळ झाडाची माहिती होणे एवढाच हेतू नसतो. नुसते झाडाचे पान पाहून झाडाची माहिती होते किंवा पाहून झाड ओळखता येते असे नाही. काही वेळा झाड ओळखण्यासाठी फुले, तुरे, फळ असलेले पूर्ण वाढलेले झाड असणे आवश्यक असते. परंतु हेही खरे आहे की जीवनातील हिरवळ वृक्षवल्लींकडे पाहून फुलते. देवाला वाहण्यासाठी पाने लागतात हे खरेच. साधी सत्यनारायणासारखी पूजा, बारसे, लग्न वगैरे मंगलकार्य घरी साजरे होणार असल्यास आंब्याच्या पानांचे तोरण न विसरता घरावर लावण्याची प्रथा आहे. दुष्ट शक्ती, व्हायरस यांना आत येण्यास आम्रपल्लव प्रतिबंध करतात. पानांचा सर्वांना माहीत असणारा अजून एक उपयोग म्हणजे मेंदीच्या पानांच्या साहाय्याने हात-पाय रंगवणे.

झाडांना पानांचे जेवढे महत्त्व वाटत असेल, त्यापेक्षा अधिक महत्त्व माणसाला वाटत असावे. शक्य झाले तर जेवण वाढायला केळीचे पान उपयोगात

आणले जाते. किंवा वाळवलेली पळसाची पाने, पत्रावळी व द्रोण सर्वपरिचित असतातच. केळीच्या पानात गुंडाळून एखादा पदार्थ उकडला तर केळीच्या पानाचा सुगंध पदार्थाला लागून पदार्थाला काही न्यारीच चव येते. पालकाची, अळूची वा तत्सम कुठली तरी मोठी पाने घेऊन त्यात भात भरून तयार केलेल्या वड्या वाफवल्या जातात. ही पाककृती भारतातच नव्हे तर इटली, ग्रीक वगैरे देशांतही प्रसिद्ध असल्याचे दिसते. श्रीमंतांकडे जेवणासाठी चांदीचे ताट वापरले जाते; पण केळीचे पान जेवणासाठी सात्त्विक, पवित्र समजले जाते; कारण ही निसर्गाने दिलेली देणगी आहे. अर्थात झाडापासून केळीचे पान कापून आणून त्यावर जेवणे ही एक कला आहे. असे म्हटले जाते की सहसा मातीच्या भांड्यात जेवू नये. पण सोन्या-चांदीची ताटे परवडत असतील, तरी विशेष कार्यप्रसंगी केळीच्या पानावर जेवणे अधिक शुभ व मंगल मानले गेले आहे.

अशा रीतीने पर्णराजीने मनुष्याचे जीवन व्यापून टाकलेले दिसते. झाडांना तर पानाशिवाय काही इलाजच नाही. सूर्यप्रकाश स्वीकार करण्याचे त्यांचे ते सर्वात मोठे साधन आहे. मुळांद्वारे शोषून घेतलेले अन्न-पाणी-खनिजे, सूर्यप्रकाश यांच्यापासून अन्नपदार्थ तयार करण्यासाठी पानातील क्लोरोफिलचाच उपयोग होतो. पानांद्वारे झाडांचे श्वसन चालू असते. तसेच मुळांद्वारे अन्न-पाणी शोषून घेण्यासाठी आवश्यक असलेला पंप पानांद्वारेच कार्यान्वित होत असतो. रात्रीच्या वेळी ही प्रक्रिया बंद असल्याने रात्रीच्या वेळी झाडांच्या पानांद्वारे बाहेर पडणाऱ्या कार्बन-डाय-ऑक्साईडचे प्रमाण अधिक असल्याने रात्री झाडांखाली झोपू नये असेही शास्त्र सांगते. याच कारणास्तव झोपण्याच्या खोलीत झाड ठेवू नये.

पानात सर्व विश्वातील शक्तिरस असतो हे ओळखून त्याचा सूक्ष्म औषधी म्हणून कसा वापर करायचा हे आयुर्वेदीय संशोधनाने शोधून काढले. तुळशी, बेल, दूर्वा, शमी यांची पाने विशिष्ट देवतेशी वा दगडाशी संपर्कात आली असता पानातील तत्त्व दगडात शोषले जाते व असा दगड नंतर पाण्यात टाकून औषधीद्रव्य सुटे झाल्यावर पाणी तीर्थ म्हणून घेतल्यास आरोग्याबरोबरच मानसिक शांती व आध्यात्मिक प्रगतीसाठी उपयोग होतो हे आपल्या पूर्वजांनी शोधून काढले. म्हणूनच श्री गणपतीला वा हरितालिका देवीला वाहिलेल्या पत्रीपैकी काही पाने दुसऱ्या दिवशी पाण्यात उकळवून काढा घेण्याची पद्धत रूढ झाली. तसेही गणपतीच्या दिवसात पाऊस असतो, निरनिराळे साथीचे रोग उद्भवत असतात. तेव्हा अशा रोगांचा प्रतिबंध व उपचार म्हणूनही असा काढा उपयोगी पडेल अशा तऱ्हेने गणेशपत्रींची योजना केलेली दिसते.

कधी कधी असा विचार मनात येतो की सृष्टीत पाने व वृक्ष नसते तर काय झाले असते? पण हा प्रश्न निरर्थक आहे. कारण पृथ्वीवर झाडे नसती, तर आपणही पृथ्वीवर नसतो. सर्व प्राणिमात्रांची उत्पत्ती पर्णसंपदेतूनच झालेली आहे.

करारविन्देन पदारविन्दं मुखारविन्दे विनिवेशयन्तम्।
वटस्य पत्रस्य पुटे शयानं बालं मुकुन्दं मनसा स्मरामि।।

संपूर्ण विश्वाची सुरुवात वटवृक्षाच्या पानावर झोपलेल्या छोट्याशा परमात्मस्वरूपातूनच झालेली आहे व निसर्गाचे चक्र पानांमुळेच चालू राहते असे या श्लोकात म्हटलेले आहे.

त्यामुळे नुसत्या वृक्षांचाच नव्हे, तर सर्व प्रकारच्या पानांचा आदर ठेवायला आपण शिकले पाहिजे.

सर्वसाधारणपणे, औषध घ्यायचे म्हणजे काहीतरी चूर्ण, गोळ्या, काढा वगैरे घ्यायचे अशी कल्पना असते. पण आयुर्वेदात मात्र वनस्पतींचे केवळ अस्तित्वसुद्धा आरोग्यासाठी हितकर असते असे सांगितले आहे. तुळशीची पूजा करणे, वडाची पूजा करणे, पिंपळाला प्रदक्षिणा घालणे वगैरेंमागे वनस्पतींच्या सहवासात राहणे व त्यातून आरोग्यरक्षण व्हावे हाही एक सुप्त हेतू असतो.

पत्री अर्पण करायच्या सर्व पूजा श्रावण महिन्यात येतात. आयुर्वेदाच्या दृष्टिकोनातून विचार केला तर हा असतो वर्षाऋतू. वर्षाऋतू आरोग्याच्या दृष्टीने अतिशय संवेदनशील व नाजूक ऋतू समजला जातो. एक तर या ऋतूत अग्नी मंद झालेला असतो. एकंदर शरीरशक्ती कमी झालेली असते. वातदोषाचा प्रकोप झालेला असतो व पित्तदोष साठू लागलेला असतो. एकंदर हवामान असे असते की जंतुसंसर्ग पटकन होऊ शकतो, अर्थात वर्षाऋतूत आरोग्याची खूप काळजी घ्यावी लागते. वर्षाऋतूत घ्यायची काळजी आणि पत्रींचे औषधी गुणधर्म पाहिले, तर भारतीय संस्कृती व आरोग्य जोपासना यांच्यातल्या घट्ट विणीचा पुनर्प्रत्यय येतो. आरोग्याची खात्री हवी असेल तर या २४ पत्रींची माहिती असायलाच हवी.

पत्रींमध्ये मोठे वृक्ष आहे, वेली आहेत, झुडपे आहेत. फक्त पावसाळ्यात उगवणाऱ्या अल्पायू वनस्पतीही आहेत. यावरून सर्व प्रकारच्या वनस्पतींची ओळख व्हावी व व्यक्ती पत्री गोळा करण्याच्या नादाने सर्व प्रकारच्या वनस्पतींपर्यंत जावी हाही उद्देश पत्री वाहण्यामागे असावा.

१. दूर्वा – जमिनीवर पसरणारे हे एक प्रकारचे गवत असते. असे म्हणतात की दूर्वा वाहणाऱ्यापेक्षा दूर्वा तोडणाऱ्याला त्याचा अधिक उपयोग होत असतो. आयुर्वेदात दूर्वा हे एक महत्त्वाचे औषध आहे. गर्भधारणा व्हावी व गर्भधारणेनंतर गर्भरक्षण व्हावे म्हणून स्त्रीच्या व गर्भवतीच्या आसपास ज्या वनस्पती असाव्यात त्यात दूर्वांचा उल्लेख आहे. दूर्वा थंड असतात, रक्तदोष दूर करतात, व्हायरस म्हणजे अदृश्य जीवजंतूंना दूर ठेवतात. उष्णतेमुळे नाकातून रक्त येते, त्यावर दूर्वांचा रस नाकात घालण्याचा उपयोग होतो. दूर्वा स्वच्छ धुवून त्यांचा रस खडीसाखरेसह घेतल्यास पित्त कमी होते, रक्त शुद्ध होते, अनेक त्वचाविकार, नागीण वगैरे त्रास दूर होऊ शकतात. संगणकासमोर बसण्याने डोळ्यांची आग होत असल्यास दूर्वांचा रस घेण्याचा उपयोग होतो. दूर्वांच्या हिरवळीवर अनवाणी पायांनी चालण्यानेही डोळ्यांची ताकद वाढते, डोळ्यांवरचा ताण कमी होतो.

२. माका – ही पावसाळ्यात पाण्याच्या आसपास उगवणारी छोटी वनस्पती आहे. माका केसांसाठी प्रसिद्ध असतो; पण तो कुजणे नाहीसे करण्यासाठी उत्तम असतो. नेत्ररोग, सूज, स्थूलता, कावीळ वगैरे रोगांवरचे हे एक उत्तम औषध समजले जाते. माक्याच्या पानांचे चूर्ण तूप-मधासह रात्री झोपण्यापूर्वी घेण्याने नेत्ररोग दूर होतात. सूज आलेल्या ठिकाणी बाहेरून माक्याचा रस जिरवला असता सूज कमी होते. चरबीच्या गाठीवर माक्याचा रस काही दिवस नियमित चोळल्यास गाठींचा आकार हळूहळू घटण्यास सुरुवात होते.

३. आघाडा – आघाडा फक्त पावसाळ्यात उगवतो. पावसाळ्यात छातीत कफ होण्याची, दम्याचा त्रास होण्याची प्रवृत्ती असते, यावर आघाड्याचा क्षार उत्तम असतो. आघाड्याच्या क्षारामुळे मूत्रप्रवर्तन व्यवस्थित होण्यास उपयोग होतो. अपामार्ग क्षाराने सिद्ध केलेले तेल कानात टाकल्यास कान दुखणे कमी होते. काटा टोचला व मोडून आतच राहिला तर त्यावर आघाड्याची पाने बारीक करून बांधण्याची पद्धत आहे, त्यामुळे वेदना थांबतात व काटा वर निघून येतो.

४. धोत्रा – धोत्रा रानोमाळ, रस्त्याच्या कडेला कुठेही उगवतो. काळा धोत्रा व पांढरा धोत्रा असे याचे दोन प्रकार असतात. धोत्र्याच्या बिया अनेक औषधांमध्ये वापरल्या जातात; पण त्यासाठी त्या शुद्ध कराव्या लागतात. धोत्र्याच्या पानांची धुरी घेतल्यास छातीतला कफ कमी होतो, दम्याची घुसमट कमी होते. धोत्र्याच्या पानांचा लेप संधिवातावर उपयोगी असतो. धोत्रा हे एक उपविष असल्याने त्याचा दीर्घकाळ वापर करायचा असल्यास वैद्यांचे मार्गदर्शन आवश्यक होय.

५. डोरली – वांग्याच्या पानांसारखी पाने असणारी डोरली रस्त्याच्या कडेला कुठेही उगवते. खोकल्यावर व दम्यावर डोरलीच्या मुळांचा काढा उपयुक्त असतो.

६. रुई – रुईची पाने हनुमंताला वाहिली जात असल्यामुळे प्रसिद्ध आहे. निळ्या-जांभळ्या फुलांची व पांढऱ्या फुलांची असे रुईचे दोन भेद असतात. पोटात वायू होऊन पोट फुगते, दुखते. अशा वेळी रुईच्या पानांना किंचित एरंडेल लावून गरम करून पोटावर शेक केल्यास वायू सरतो व बरे वाटते. छातीत कफ झाला असता रुईच्या पानांचा याप्रकारे शेक करणे हितावह असते. वातामुळे अंग ठणकत असल्यास रुईच्या पानांचा शेक केल्याने बरे वाटते. रुईची फुले दम्यासाठी उत्तम असतात.

७. तुळशी – तुळस सर्वांनाच ज्ञात असते. हवा शुद्ध होण्यासाठी व जंतुसंसर्ग न व्हावा यासाठी प्रत्येक घरात तुळस असावी अशी भारतीय परंपरा आहे. तुळशीची पाने कफनाशक व वातशामक असतात, थंडी वाजून ताप येत असल्यास, सर्दी-खोकल्यामुळे ताप येत असल्यास तुळशीचा रस मधासह घेणे उत्तम असते. पावसाळ्याच्या दिवसात चहा बनविताना तुळशीची पाने टाकल्याने पचन नीट राहते, जंतुसंसर्ग होण्यास प्रतिबंध होतो. खरूज, गजकर्ण वगैरे कंड सुटणाऱ्या त्वचारोगांवर तुळशीचा रस बाहेरून लागण्याचाही उपयोग होतो. तुळशी जंतांचा नाश करते.

८. मरवा – साधारण एक-दीड वीत उंच वाढणारा मरवा अतिशय सुगंधी असतो. त्वचाविकारावर मरव्याच्या पानांचा रस चोळला जातो. उटण्यामध्ये मरव्याचे चूर्ण घातल्यास उटणे सुगंधी होते, शिवाय त्वचा शुद्ध होते.

९. जाई – जाईची वेल असते व तिला पांढरी सुवासिक फुले येतात. जाईच्या पानांच्या काढ्याने गुळण्या केल्या असता तोंड येणे बरे होते. जाईचा पाला जखम भरून येण्यासाठीही उत्तम असतो. जुनाट जखमेवरही जाईची पाने वाटून लावली असता जखम बरी होते.

१०. मालती – मालतीची फुले सुगंधी असतात. पाने त्वचारोगांवर उपयोगी असतात.

११. विष्णुक्रांता – काळसर, तांबूस रंगाची फुले येणारी ही वेल जमिनीवर पसरते. मूळव्याधीवर विष्णुक्रांतेच्या मुळांचा रस तुपासह दिला जातो. रक्त पडणाऱ्या मूळव्याधीवर हिच्या पानांचा लेप लावला जातो.

१२. केवडा – समुद्रकिनाऱ्यावर केवड्याचे रान असते; पण इतरत्रही केवडा जगतो. केवड्याचे फूल अतिशय सुगंधी असते. स्त्रियांच्या बाबतीत अंगावरून अति प्रमाणात जात असल्यास केवड्याचे मूळ उगाळून खडीसाखर घालून दिले जाते.

१३. बोर – बोराच्या अनेक जाती आहेत. पण लहान लाल रंगाची बोरे औषध म्हणून उत्तम असतात. बोराची पाने दाहशामक असतात. बोरे वातशमनासाठी उत्तम असतात. वाळलेल्या बोरांचा काढा घेण्याने तापामुळे होणारा दाह कमी होतो, तापही उतरतो. बोराची बी उगाळून डोळ्यात अंजन म्हणून घातली असता डोळे खुपणे, दुखणे, डोळ्यांतून पाणी येणे वगैरे त्रास कमी होतात.

१४. डाळिंब – डाळिंबाचे फळ प्रसिद्ध आहेच. औषधात डाळिंबाचे फळ तसेच फळाची साल, पाने व फुले वापरली जातात. डाळिंबाचे दाणे पित्तशामक असतात, धातुवर्धक असतात व तृप्ती देणारे असतात. फलाची साल जुलाब, संग्रहणी वगैरे विकारांवर उपयुक्त असते. डाळिंबाची साल तोंडात धरण्याने खोकल्याची उबळ कमी होते. नाकातून रक्त पडण्याचा त्रास असता डाळिंबाच्या फुलांचा रस नाकात टाकण्याचा उपयोग होतो.

गोड डाळिंबाचा रस खडीसाखर घालून घेतल्यास पित्त शमते. डोळे आले असता डाळिंबाची पाने बारीक करून बंद डोळ्यांवर लेपाप्रमाणे लावली जातात. डाळिंबाच्या दाण्याच्या रसापासून बनविलेला दाडिमावलेह पित्तशामक असतो.

१५. कण्हेर – पांढरी, गुलाबी, लाल असे कण्हेरीचे फुलांच्या रंगावरून निरनिराळे प्रकार असतात. यातील पांढरी कण्हेर औषधात वापरली जाते. विंचू, सर्पदंशावर पांढऱ्या कण्हेरीचे मूळ उगाळून लेप केला जातो. पांढऱ्या कण्हेरीचे मूळ कानावर बांधले असता सर्व प्रकारचे ताप बरे होतात असा उल्लेख सापडतो.

१६. शमी – शमीचा वृक्ष काटेरी असतो व तो कमी पावसाच्या प्रदेशात अधिक प्रमाणात दिसतो. दसऱ्याच्या दिवशी शमीची पूजा करण्याची पद्धत असते. लघवीतून खर जात असल्यास शमीचे कोवळे तुरे गायीच्या दुधात वाटून त्यात जिरे पूड व साखर घालून घेण्याचा उपयोग होतो. शरीरातील उष्णता कमी करण्यासाठी शमीच्या पानांच्या रसात जिरे व खडीसाखर घालून घेण्याची पद्धत असते.

१७. बेल – बेलाचा मोठा वृक्ष असतो व त्याला कवठासारखी गोल फळे येतात. बेलाचे फळ, मूळ, पाने औषधी असतात. अर्धवट पिकलेले बेलफळ मलप्रवृत्ती बांधून होण्यास मदत करते तर पूर्ण पिकलेल्या फळाने शौचाला साफ

होते. बेलाचा मुरंबा आव होणे, फार वेळा शौचाला होणे वगैरे त्रासांवर उपयोगी असतो. बेलफळ यकृताची कार्यक्षमता सुधारण्यासाठीही वापरले जाते. बेलाच्या पानांचा रस जंत नष्ट करण्यासाठी वापरला जातो. बेलाची पाने अंगाला लावली असता शरीराचा दुर्गंध दूर होतो. बेलाच्या पानांचा रस खडीसाखर घालून घेण्याने शक्ती वाढते, अतिरिक्त उष्णता कमी होते.

१८. हादगा – हादग्याचा वृक्ष भरभर मोठा होतो, पण सात-आठ वर्षांपेक्षा अधिक टिकत नाही. हादग्याच्या फुलांची भाजी केली जाते. सर्दी डोक्यात साठल्याने डोके दुखत असेल, तर हादग्याच्या पानांचा दोन थेंब रस नाकात पिळण्याचा उपयोग होतो. चांदी भस्म तसेच मोती भस्म करण्यापूर्वी चांदी-मोती यांची शुद्धी करण्यासाठी हादग्याच्या पानांचा रस वापरला जातो. हादग्याच्या झाडामुळे पिशाचबाधा दूर होते असेही उल्लेख आढळतात.

१९. पिंपळ – पिंपळाचा वृक्ष खूप मोठा असतो. याच्या योगाने हवा शुद्ध होते असे समजले जाते. पिंपळाची पिकलेली फळे खाण्याने लहान मुलांची वाचा शुद्ध होते. रविवारी पिंपळाच्या पानावर गरम भात वाढून लहान मुलांना जेवू घालण्याने जड जीभ सुधारते व न समजणाऱ्या मुलांनाही उमजू लागते असे समजले जाते. पिंपळाची लाखही औषधात मोठ्या प्रमाणावर वापरली जाते.

२०. अर्जुन – अर्जुनाचे मोठे वृक्ष असतात. अर्जुन हे हृद्रोगावरचे श्रेष्ठ औषध आहे. अर्जुनाची साल हाड सांधण्यासाठी उत्तम असते. अर्जुनाच्या सालीचे चूर्ण दुधातून घेण्याने व अर्जुनाची साल ठेचून अस्थिभागावर बांधून ठेवण्याने हाड सांधले जाते. अर्जुनाच्या सालीच्या काढ्याने जखम धुतल्यास लवकर भरून येते. शरीरातील अतिरिक्त मेद कमी करण्यासाठीही अर्जुनाचा काढा उपयुक्त असतो.

२१. देवदार – देवदाराचे वृक्ष खूप उंच वाढतात. देवदार वातशमनासाठी उत्तम असतो. सांधे दुखणे, अंग जड होणे वगैरे व्याधींत देवदाराचे चूर्ण मधासह घेण्याचा उपयोग होतो. सांध्यांवर देवदाराचा लेप लावण्याचाही उपयोग होतो. देवदार्व्यादी काढा बाळंतरोगावर तसेच बाळंतरोग न होण्यासाठी उपयुक्त असतो.

२२. अशोक – अशोक हा स्त्रीसंतुलनासाठी खूप महत्त्वाचा असतो. अशोकाची पाने व साल गर्भाशयाची ताकद वाढवितात, तर अशोकाची फुले स्त्री-शोकाचा नाश करू शकतात असे समजले जाते.

२३. ब्राह्मी – ब्राह्मी मेंदूसाठी उत्तम असते. तसेच शांत झोप लागण्यासाठी, मनावरचा ताण कमी करण्यासाठी मोठ्या प्रमाणावर वापरली जाते.

२४. जास्वंद (जपाकुसुम) – जास्वंदीची फुले केसांसाठी उत्तम असतात. जास्वंदीची फुले वाटून किंवा रस काढून केसांना लावली असता केसांची वाढ होते व केस काळे होतात. चाई लागली असता त्या ठिकाणी जास्वंदीच्या फुलांचा रस चोळण्याचा फायदा होतो.

पत्रींचा उपयोग औषधे बनविताना किंवा भस्म तयार करताना भावना देण्यासाठीही होतो. उदा. अभ्रकाची शुद्धी झाल्यावर भस्म बनविण्यासाठी आघाड्याच्या पानांची, तांबड्या जास्वंदाच्या फुलांच्या रसाची वा एरंडाच्या पानांची भावना दिली जाते. तांब्याची शुद्धी करण्यासाठी तांबे अग्नीच्या साहाय्याने वितळवून रुईच्या पानांच्या रसात बुडवायचे असते.

सामाजिक आरोग्याचा श्रीगणेशा

मनुष्य ज्या वेळी एकटा-दुकटा राहत असे, त्या वेळी त्याला श्वापदांपासून वा अनोळखी माणसांपासून धोका असे व त्याची त्याला भीतीही वाटत असे. या असुरक्षिततेपासून सुटकेसाठी व भीतीपायी त्याने छोटे गट करून राहण्यास सुरुवात केली असावी. यामुळे काही एका मर्यादेपर्यंत समोर उभ्या ठाकलेल्या संकटाला तोंड देणे सोपे जात असे. नंतर पुढे असे अनेक गट एकत्र राहण्यात अधिक सुरक्षितता वाटू लागल्याने छोटी छोटी गावे तयार झाली. अशा अनेक गावांचा तालुका, अनेक तालुक्यांचा जिल्हा, अनेक जिल्ह्यांचे राज्य व अनेक राज्ये मिळून देश व शेवटी पृथ्वीच्या पाठीवरील अनेक देश एकत्र येऊन जी-८, सार्क, युनायटेड नेशन्स अशा संस्था तयार झाल्या.

एक गण, म्हणजे एक संख्या. किंवा एकटा मनुष्य. असे अनेक गण तयार झाले की त्यातून तयार होतो समाज! अशा अनेक गणांनी एकत्रित होण्याचा फायदा असतो व तो फायदा असतो गुणांचा! या समाजाला एकत्रित ठेवणारा आहे श्री गणपती, गणांचा पती, गणाधीश, गुणाधीश. एकत्रित राहण्याने संरक्षण मिळण्याबरोबरच गुणाचाही फायदा होतो. ज्ञान अनुभवजन्य असते व चार लोक एकत्र असतील तर अनुभव येणारच. हे सर्व अनुभव घेतल्यावर स्वतःचा अनुभव स्वतःला आला तर तो मनुष्य मुक्त झाल्यासारखेच आहे व ते तर आत्मज्ञानच!

बऱ्याच वेळा शारीरिक आरोग्य चांगले असले व शारीरिक तपासण्यांचे सर्व रिपोर्ट्स ठीक असले, तरी ती व्यक्ती अस्वस्थ असू शकते. प्रसन्नचित्त नसू शकते. शारीरिक आरोग्य चांगले असल्यास मानसिक आरोग्य चांगले असेलच असे नाही.

मानसिक आरोग्याचा पूर्ण विकास म्हणजे सामाजिक आरोग्य! जोपर्यंत एखाद्या व्यक्तीला समाजात मिळून मिसळून, समाजाचे नियम पाळून राहता येत नाही, तोपर्यंत तो मानसिकदृष्ट्या आरोग्यवान आहे असे म्हणता येणार नाही. म्हणून सामाजिक आरोग्याचे किंवा संख्यात्मक आरोग्याचे नियंत्रण करणारी देवता ती 'श्री गणपती'.

समाजात काय घडत आहे? म्हणजे एकूण सर्व बाह्यजगतात काय घडत आहे, हवामान कसे आहे, आज कुणाला सुटी आहे, कोण काम करत आहे, माणसाने कशा तऱ्हेने वागण्याची आवश्यकता आहे याची माहिती सर्वप्रथम असावी लागते. श्री गणपती या देवतेची तुलना संगणकाशी करता येते. त्याचे लंबोदर ही त्याची स्मृती साठवणारी मोठी हार्ड डिस्क; त्याला अर्पण करायचे मोदक म्हणजे त्यावर लोड करायचे वेगवेगळे प्रोग्रॅम्स किंवा ॲप्स; त्याची वक्रतुंड सोंड म्हणजे त्याला सर्व बाजूंनी आत दिली जाणारी माहिती; त्याचे मूषक वाहन म्हणजे त्याला चालविण्यासाठी जोडावा लागणारा माऊस; त्याचा एकदंत म्हणजे क्वचित काही विशेष कामासाठी वापरण्याची राइट क्लिक; त्याला वाहण्याच्या दूर्वा म्हणजे आवश्यक असणारे थंड वातावरण असे साधर्म्य लक्षात घेण्यासारखे आहे. सामाजिक संपर्कासाठी, सामाजिक आरोग्यासाठी सध्या संगणकाची मदत घ्यावी लागते, मात्र त्याच्याही पलीकडे असलेल्या मेंदूची, आत्म्याची प्रसन्नता हवी असेल तर मिळवणाऱ्या मंगलमूर्ती श्री गणेश देवतेची उपासना करावी. म्हणून बौद्धिक, मानसिक आरोग्यासाठी श्री गणेशांची योजना आवश्यक असते व श्री गणेश मुळारंभी पूजिला जातो. अशा तऱ्हेने श्री गणपती हा सर्वांचा लाडका देव आहे की जो सामाजिक स्वास्थ्यासाठी बोध देतो. त्याची सर्व ठिकाणी उत्सवमूर्तीच्या रूपात पूजा होते.

एक गोष्ट निश्चित की परकीयांचे आक्रमण चालू असताना व त्यांनी सत्ता बळकावली असताना समाजाचे आरोग्य बिघडले नाही तरच नवल. मुळात, भा-रतीय म्हणजे परमतेजाचे व स्वातंत्र्यसूर्याचे उपासक, तर पारतंत्र्य म्हणजेच रोग! काही माणसे म्हणतात की पूर्वी राजसत्ता परकीय असली तरी आम्ही दोन वेळा सुखाने खाऊन-पिऊन सुखी होतो. पण ही कल्पना चुकीची आहे. केवळ दोन वेळा खायला-प्यायला मिळणे हे सुख नव्हे व आरोग्यही नव्हे. दुसऱ्याने उपकाराने फेकलेले दोन घास खायचे, जरी पोटभर असले तरी परस्वाधीनता अनुभवायची, हे कुणालाच सहन होण्यासारखे नाही. अनैसर्गिक गोष्ट केली की माणसाचे अंतर्मन खात राहते व अशा मानसिक रोगांमुळे अनेक रोग उद्भवतात. स्वस्थ मन, म्हणजेच मानसिक आरोग्य असणारी माणसे एकत्र येतील तेव्हाच समाजाचे आरोग्यही चांगले

राहील. एखाद्या समाजात समृद्धी भरपूर दिसत असेल, खायच्या-प्यायच्या गोष्टींची रेलचेल असेल; पण जर सामाजिक आरोग्य बरोबर नसेल, तर अशा समाजात नवीन नवीन रोगराई उत्पन्न होतात व तेथे कला, संस्कृती व नैतिक मूल्यांचा ऱ्हास होतो.

अशा प्रकारे सामाजिक आरोग्य ज्या वेळी संपूर्णतः बिघडलेले होते, तेव्हा सामाजिक आरोग्याचे धन्वंतरी लोकमान्य बाळ गंगाधर टिळकांनी समाजाला आरोग्य परत मिळवून देण्यासाठी अनेक प्रयत्न केले. यात लोकमान्यांची दूरदृष्टी अशी की नुसता रोग घालवण्यापुरते काम न करता त्यांनी स्वराज्याला कायमस्वरूपी आरोग्य मिळण्याची अशी योजना केली. परकीय सत्तेने माणसा-माणसात दुफळी माजवून त्यांना एकटे पाडले होते, त्यांना पुन्हा एकत्र करून, त्यांच्यात प्रेरणा व ज्ञान उत्पन्न करण्याच्या दृष्टीने लोकमान्यांनी मंगलमूर्तींना साद घातली व या आरोग्याचा पाया घातला.

घरोघरी चालणारा गणेशोत्सव सार्वजनिक रूपात सुरू करून लोकाना एकत्र आणण्यासाठी आणि ज्ञानप्रबोधन, प्रदर्शन, कलासंवर्धन व मनोरंजन या माध्यमातून सर्वांना सामाजिक आरोग्य प्राप्त होण्यासाठी गणेशोत्सवाचा मंत्र दिला. सर्वांनी एकत्र येणे व सर्वांच्या कल्याणासाठी सामुदायिक प्रयत्न करणे हाच तर खरा श्री गणपतीचा संदेश! गणपतीला वाचस्पती असेही म्हणतात. म्हणून तो बोलणे या शक्तीचा अधिपती आहे. ज्या ठिकाणी दोन किंवा अधिक माणसे असतात तेथेच बोलण्याची गरज असते. त्यादृष्टीनेसुद्धा श्री गणपती ही सामाजिक आरोग्यासाठी एकमेकांशी सुसंवाद करवणारी देवता आहे. म्हणूनच गणेशोत्सवाचा झालेला 'श्रीगणेशा' दिवसेंदिवस वृद्धिंगत होत आहे.

अर्थात कुठलीही वस्तू किंवा कल्पना विकताना वरवर थातूरमातूर जाहिरातबाजी करून लोकांना आकर्षित करून चुकीच्या वस्तू देणारे महाभाग असतातच. सामाजिक आरोग्यासाठी केलेल्या गणेशोत्सवाच्या योजनेला विकृत स्वरूप येऊन सामाजिक आरोग्य सुधारण्याऐवजी बिघडल्याचीही वेळ आलेली दिसते. रस्त्याच्या वाहतुकीला अडथळा येईल याचा विचार न करता हट्टाने गल्लोगल्ली मंडळे स्थापून भव्य मंडप उभारणे, त्या मंडपांमध्ये पत्ते वगैरे खेळून व्यसनांना उत्तेजना देणे, लोकांकडून जबरदस्तीने वर्गण्या गोळा करणे, काहीतरी अचकट-विचकट कार्यक्रम ठेवणे, आजूबाजूच्या लोकांचा विचार न करता मोठे मोठे कर्णे लावून संगीत वाजवणे, या सर्वांमुळे वैयक्तिक आरोग्याबरोबर समाजाचेही आरोग्य बिघडते. पण या काही अपवादात्मक घटना सोडल्या, तर उत्सवाच्या निमित्ताने चांगल्या विषयांवर व्याख्याने व चर्चा आयोजित करणे,

अभिजात संगीताचे कार्यक्रम आयोजित करणे, चांगले नाटक वगैरे मनोरंजनाच्या योजना करणे, लहानथोरांना त्यांची कला दाखवण्याची संधी उपलब्ध करून देणे वगैरेंचे आयोजन केल्यास सामाजिक आरोग्य सुधारायला मदत मिळते.

घरात कौटुंबिक पातळीवरचा गणपती बसवलेला असला, तरी गणपतीची सजावट करण्याच्या निमित्ताने कलेला वाव मिळतो. गणपती हे एकट्या दुकट्याचे काम नसते. गणपतीची आरास करणे असो वा आरती करणे असो, आजूबाजूची माणसे बोलावली जातातच. त्यामुळे लोकांचा परिचय वाढतो, असलेला परिचय वृद्धिंगत होतो. त्या निमित्ताने एकमेकांच्या घरी येणे जाणे होते. त्यामुळे छोट्या जागेत राहणारे कुटुंब विस्तारित होऊन मोठे 'सामाजिक कुटुंब' तयार होते.

सध्या परदेशातही ह्या गोष्टीचा अनुभव येतो. परदेशात गेलेली भारतीय मंडळी, त्या ठिकाणी आलेला एकटेपणा दूर करण्यासाठी, गणेशोत्सव साजरा करतात. त्या निमित्ताने तेथील भारतीय लोक तर एकत्र येऊ लागलेच, पण तेथील परदेशीयसुद्धा उत्सवासाठी येऊ लागले. यामुळे संस्कारांची देवाणघेवाण शक्य होऊन एकमेकांतले प्रेम वाढल्यामुळे सामाजिक आरोग्य वाढायला मदत होते.

तुम्ही किती लोकांना मैत्रीचा लाभ देता यावरच सामाजिक आरोग्याचे मोजमाप अवलंबून असते. एखाद्याचे जेवढे जास्त मित्र, त्याला जेवढे अधिक लोक ओळखतात, तो जेवढा जास्त लोकांच्या उपयोगी पडू शकतो तेवढे त्याचे मन अधिक स्वस्थ राहते. अर्थात काही मंडळी समाजाचा उपयोग केवळ स्वतः च्या पोळीवर तूप ओढून घेण्यासाठीच करतात. पण त्यांना रात्री झोप निश्चितच येत नाही. म्हणजे त्यांचे मानसिक आरोग्य बिघडते व त्यामुळे शारीरिक आरोग्यही बिघडायला सुरुवात होते.

असा हा गणांच्या 'श्री गणपतीचा' भाद्रपदातील सर्वात मोठा उत्सव. समाज प्रबोधन करून पुन्हा प्रत्येक व्यक्ती वैयक्तिक पातळीवर जगण्यासाठी मोकळी राहावी या दृष्टीने दहा दिवसांचे आगमन-विसर्जन असलेला हा गणेशोत्सव जितक्या चांगल्या तऱ्हेने पार पाडता येईल तेवढे सामाजिक आरोग्य चांगले होईल.

गणराज रंगी नाचतो

सनातन काळापासून फक्त आयुर्वेदानेच संपूर्ण आरोग्याची होलिस्टिक हीलिंगच्या व्याख्येप्रमाणे योजना केलेली आहे. आयुर्वेदात म्हटल्याप्रमाणे 'प्रसन्नात्मेन्द्रियमनाः' ही जर उपलब्धी असेल, तरच मनुष्य आरोग्यवान आहे असे म्हटले जाते. इंद्रियांना, मनाला व आत्म्यालासुद्धा आरोग्य प्राप्त होईल असे पाहणे इष्ट आहे हे लक्षात आले, की आपल्याला मनोरंजन किंवा नाटक, सिनेमा, संगीत, खेळ यांचे आरोग्याच्या दृष्टीने असलेले महत्त्व लगेच लक्षात येते. मनाला सुख देणाऱ्या या गोष्टींनी क्वचित प्रसंगी मनुष्याला व्यसनाधीन बनवल्यामुळे म्हणा किंवा शारीरिक वा मानसिक आरोग्याचा विचार न करता या गोष्टी केल्यामुळे म्हणा, या रंजनआरोग्यासाठी लाभदायक असलेल्या गोष्टींचे नुसते महत्त्वच कमी केले गेले असे नाही, तर या गोष्टी मुळातच वाईट आहेत व टाळाव्यात असा कल प्रतिष्ठित समाजात दिसून येऊ लागला.

वास्तविक कुठलीच कला ही मुळात वाईट नसते. कलाकार निसर्गाशी बांधिलकी ठेवून असतो. त्याला समाजाची चाड नसते असे नाही, पण सामाजिक नियमांना धरूनच चालायचे या विचारातून कलाकार निसर्गाला डावलू शकत नाही. त्यामुळे मनरंजन क्षेत्रात एखाददुसरी वाईट, चुकीची घटना घडल्यामुळे ५० वर्षांपूर्वी प्रतिष्ठित घरातल्या मुला-मुलींवर संगीतशाळेत जाऊ द्यायचेच नाही किंवा नाटकात काम करायचे नाही अशी बंधने घातली जात असत. मुलाने अभ्यास करून विद्यार्थिदशेचे व ब्रह्मचर्याश्रमाचे सार्थक करावे हे जरी खरे असले, तरी पण एक गोष्ट नक्की की मुलाने अभ्यास करून मिळवलेल्या पदवीचा नोकरी मिळवण्यासाठी उपयोग झाला, तरीही त्याला आतून येणारा आवाज ऐकण्याचे, निसर्गाशी जवळीक साधण्याचे,

सर्वांभूती परमेश्वर पाहण्याचे, सर्वांवर प्रेम करण्याचे शिक्षण मिळाले नाही, तर तो पृथ्वीच्या पाठीवर जन्माला आला व गेला आणि फार फार तर भला मोठा बँक बॅलन्स, एक घर, एक वाडा, एक महाल ठेवून गेला, असे व्हायचीच शक्यता असते. तेव्हा खेळ किंवा कला क्षेत्राकडे मुलाची आवड, प्रवृत्ती व प्रकृती असेल तर त्या विषयाचा अभ्यास त्याला करू देणे हाही एक उत्तम उपाय असू शकेल. गणेशोत्सवातील रंजन कार्यक्रमातून अनेक गायक, नट वगैरे कलाकारांना प्रोत्साहन मिळून पुढे ते याच कलाव्यवसायात चमकू शकतात.

गाणे, कला वगैरे श्रीमंतांचेच विषय आहेत असेच बऱ्याच वेळा समजले जाते. पण थोडक्या भांडवलातून सुंदर कला निर्माण करणारेही कलाकार कमी नसतात. नाटक, सिनेमा पाहून मुले बिघडतात अशीही तक्रार बऱ्याच वेळा पुढे येते. मला तर असे वाटते की बिघडणारे बिघडतच राहतात, ठपका निष्कारणच कुठल्या तरी कारणावर ठेवला जातो.

वास्तविक पाहता मनरंजनामुळे कौटुंबिक वा आर्थिक ताण सहन करण्याची शक्ती मिळून आयुष्य सुसह्य व सुकर होते. मंगलमूर्ती या देवतेचे स्वरूपच रंजक आहे. प्रत्येकाच्या मनात आनंद व भक्तिभाव उत्पन्न होईल असेच या देवतेचे स्वरूप आहे. चार-चौघांना एकत्र आणणारा नटेश्वरांचा मुलगा गणपती आणि हे सर्व भक्तजन एकत्र आल्यानंतर सर्वांना एकाच वेळी मनाला शांती व आनंद देईल असे एकमेव साधन म्हणजे संगीत, नाटक, नृत्य, नकला, खेळ हेच खरे. अगदी मोठा कार्यक्रम नाही, तरी मंगलमूर्तींच्या उत्सवातील दहा दिवसांत घराघरात संगीतमय आरत्या म्हणून मनरंजन करण्याचा कार्यक्रम असतोच. अधिक लोकांना या मनरंजनाच्या कार्यक्रमात भाग घेता येण्याच्या दृष्टीने सार्वजनिक गणपतीच्या ठिकाणी रंजनाचे कार्यक्रम केले जातात. लोकमान्य टिळकांनी एकूण सर्व समाजाचे प्रज्ञाजागरण, रंजन व त्या निमित्ताने सर्वांना एकत्र आणून सामाजिक प्रबोधन व एकता तयार करण्यासाठी सार्वजनिक गणेशस्थापनेची सुरुवात मोठ्या प्रमाणावर केली. या उत्सवामध्ये आरोग्याचाही विचार व्हायला हवा. तेव्हा आरोग्यरंजन म्हणत असता आरोग्यासाठी बोधप्रद मार्गदर्शन हवे, जीवनाच्या इतर अंगांसाठी मार्गदर्शन हवे, आरोग्यासाठी मदत करणाऱ्या अभिजात संगीताचे व स्वास्थ्यसंगीताचे कार्यक्रम हवेत.

जसे औषधे वगैरे न मारल्यास किंवा स्वच्छता न बाळगल्यास साथ पसरायला वेळ लागत नाही, तसेच समाजातील विकृती वेळच्या वेळी थांबवल्या नाहीत तर भयानक रूप धारण करू शकतात. विकृती पसरत असताना गावाच्या भोवती पिठाची

रेघ ओढून साथीला रोखू शकणारी साईबाबांसारखी एखादीच विभूती असते. सध्या भलते संगीत व भलते कार्यक्रम वगैरे विकृती रंजनआरोग्याला ग्रहण लावू पाहत आहेत. शेजारच्या गल्लीतल्या मंडळाच्या स्पीकरपेक्षा माझ्या मंडळाचा स्पीकर व त्याचा आवाज मोठा असावा ही स्पर्धा निरोगी नाही. याचा रंजनआरोग्यासाठी काही उपयोग नाही. संगीत ऐकावे अशी इच्छा असल्यासच कानावर पडलेले संगीत उपयोगी पडते. बाजूच्या स्पीकरवरचे संगीत वा वक्त्याचे भाषण कर्णकर्कश असल्याने खिडक्या बंद करून, कानात कापसाचे बोळे घालून बसायची वेळ येत असल्यास त्या संगीताचा वा भाषणाचा उपयोग शून्य असतो. इतकेच नव्हे, तर त्यापासून त्रासच होत असतो. या प्रकारच्या विकृती टाळून गणेशोत्सवाच्या निमित्ताने 'आरोग्यरंजना'ला जर सर्वांनी समजून घेतले, तर सर्वांनाच फायदा होईल.

विशिष्ट रागात, विशिष्ट प्रकारे गाऊन वात-पित्त-कफ प्रकृतीवर परिणाम घडवण्याची क्षमता भारतीय राग-रागिण्यांत आहे. या राग-रागिण्या मनावर परिणाम करून मनाला संतोष, रंजन व समाधान देऊन आत्म्यापर्यंत आनंद पोहोचवू शकतात, हे विज्ञानानेही सिद्ध झालेले आहे. भारतीय पारंपरिक गंधर्ववेद, सामवेद वगैरेंनी केलेल्या मार्गदर्शनाप्रमाणे शब्द व संगीत यांची योग्य जोड घातल्यास शरीरातील कुठलेही बाह्येंद्रिय किंवा आंतरेंद्रिय आरोग्यवान होऊन मनाला इंद्रियांवर ताबा ठेवणे सोपे होते व आत्म्यापर्यंत पोहोचता येते. या सर्व संशोधनावरून व अनुभवांवरून 'स्वास्थ्यसंगीत' हा आरोग्यरंजनाचा महत्त्वाचा मार्ग सिद्ध झाला आहे व अनेकांना याचा उपयोग होऊ शकतो.

नाट्य हे तर दृक्-श्राव्याचे प्रभावी माध्यम आहे. म्हणूनच टीव्ही व चित्रपट जगभरात सर्वांचे आवडते विषय आहेत. एखादी योग्य कल्पना सिनेमामध्ये मांडली तर मनरंजनाबरोबर लोकशिक्षण व प्रबोधन होऊन रंजनआरोग्यप्राप्ती होऊ शकते.

मनरंजनाच्या या सर्व माध्यमांचा पाया आपण मंगलमूर्तीच्या निमित्ताने घातला हे आपल्याला लक्षात घ्यायला हवे. आरोग्यरंजनाचा या उत्सवाच्या निमित्ताने भरपूर वापर केला तर व्यक्तींचे पर्यायाने समाजाचे आरोग्य सुधारण्यासाठी उपयोग होऊ शकतो.

वक्रतुंड । एकदन्त । महोदर । गजानन । लंबोदर । विकट । विघ्नराज । धूम्रवर्ण
वक्रतुंड । एकदन्त । महोदर । गजानन । लंबोदर । विकट । विघ्नराज । धूम्रवर्ण

श्री गणेशाच्या अवतार कथा

वक्रतुंड । एकदन्त । महोदर । गजानन । लंबोदर । विकट । विघ्नराज । धूम्रवर्ण
वक्रतुंड । एकदन्त । महोदर । गजानन । लंबोदर । विकट । विघ्नराज । धूम्रवर्ण
वक्रतुंड । एकदन्त । महोदर । गजानन । लंबोदर । विकट । विघ्नराज । धूम्रवर्ण
वक्रतुंड । एकदन्त । महोदर । गजानन । लंबोदर । विकट । विघ्नराज । धूम्रवर्ण
वक्रतुंड । एकदन्त । महोदर । गजानन । लंबोदर । विकट । विघ्नराज । धूम्रवर्ण

श्री गणेशाचे विशेष अवतार

गणानां त्वां गणपतिं हवामहे
कविं कवीनां उपमश्रवस्तमम् ।
ज्येष्ठराजं ब्रह्मणां ब्रह्मणस्पत
आ नः शृण्वन्नूतिभिः सीद सादनम् ।।

कुठलेही स्तवन करण्यापूर्वी गणेशस्तवन करावे असे वेदांमध्ये सांगितलेले आहे.

हे गणसमुदायांच्या, जनसमुदायांच्या अधिपति, बुद्धिमंतांत श्रेष्ठ, ज्ञानियांचा ज्ञानी अशा ब्रह्मणस्पते, तू उपमा देण्यास सर्वोत्तम, कीर्तिमान असा श्रेष्ठ राजा आहेस. आम्ही तुझी प्रार्थना करतो आहोत. ती ऐकून आपल्या सर्व शक्तीसह, सामर्थ्यासह तू आमच्या वास्तुसदनी विराजमान हो.

पिंड-ब्रह्मांड न्यायाप्रमाणे विश्वातील (ब्रह्मांडातील) श्री गणेश देवता ही पिंडपातळीवर प्रत्येकाच्या मेंदूरूपी निवासात कार्यरत असते. मनुष्य शरीरात मेंदूच्या रूपाने श्री गणेश अस्तित्वात असतात असे म्हणण्यास हरकत नाही. सर्व अवयव, शरीरव्यवस्था, बाह्य जगताचा हिशोब ही गणसंख्या स्मृती मेंदूतच असते. सर्व विश्वाचा व्यवहार मेंदूरूपी संगणकावरच चालतो. जेथे गणपतीभक्तांचा समुदाय असेल, तेथे सर्वांच्या कल्याणाचे निर्णय घेण्यासाठी 'महागणक' तयार होतो. त्याचे पार्थिवत्व दाखविण्यासाठी विसर्जन हा उत्सवाचा एक भाग योजलेला दिसतो.

वक्रतुण्ड महाकाय सूर्यकोटि समप्रभ ।
निर्विघ्नं कुरु मे देव सर्वकार्येषु सर्वदा ।।

ही प्रार्थनाही सर्वसामान्यतः म्हटली जाते. हा देव वक्रतुंड असून तो महाकाय आहे. त्याचे तेज कोटी सूर्यांप्रमाणे आहे. हाती घेतलेले कार्य कुठलेही विघ्न न येता निर्विघ्नपणे पार पडो.

कुठलेही कार्य सुरू करण्यापूर्वी अशी प्रार्थना केली तर ते कार्य निर्विघ्नपणे पार पडतेच. कार्य म्हणजेच कर्म. चांगल्या उद्देशाने केलेल्या, दैनंदिन व्यवहाराच्या, जीवनावश्यक गोष्टी करताना या प्रार्थनेचा प्रयोग केलेला आहे. दुष्कर्म करतेवेळी प्रार्थना म्हटल्यास ते दुष्कर्म सिद्ध होईल असे म्हटलेले नाही. याचा अर्थ माणसाने दुष्कर्म सावधानतेने टाळावे. माणसाने सत्शीलता, आचारसंपन्नता बाळगावी म्हणजेच त्याने कर्म करण्याची पद्धत योग्य ठेवावी.

श्री गणेशाची बारा नावे प्रसिद्ध आहेत.

प्रणम्य शिरसा देवं गौरीपुत्रं विनायकम् ।
भक्त्या व्यासं स्मरेन्नित्यं आयुष्कामार्थसिद्धये ।।१ ।।

आपले मस्तक खाली वाकवून गौरीपुत्राला नमन करावे. संपूर्ण शरीरामध्ये गौरीपुत्राचे स्थान बघितले, तर ते शरीरात सर्वांत वर म्हणजे मस्तकाच्या ठिकाणी असते. गौरीपुत्र गणेशाला मस्तक झुकवून नमस्कार करावा. गणेश हा सर्व देवांचा नायक आहे यामुळे त्याला अत्यंत समर्पक असे 'विनायक' हे नाव मिळालेले आहे. त्याला विशेष असे नायकत्व मिळालेले आहे. निरोगी दीर्घायुष्य, प्रत्येक क्षणी जगलेले आयुष्य, चांगल्या कार्यासाठी असलेले मनोरथ सिद्ध व्हावेत या हेतूने भक्तांच्या ठायी वास करणाऱ्या गणपतीचे स्मरण करावे. या ठिकाणी भक्तावासम् म्हणजे भक्तांच्या ठिकाणी असणारा हा शब्द सूचक आहे. हा गणेश प्रत्येक मनुष्यमात्राच्या शरीरात मेंदूच्या रूपाने अस्तित्वात असतो. अशा या श्री गणेशासाठी प्रार्थना सांगितलेली आहे.

प्रथमं वक्रतुण्डं च एकदन्तं द्वितीयकम् ।
तृतीयं कृष्णपिङ्गाक्षं गजवक्त्रं चतुर्थकम् ।।२।।
लम्बोदरं पञ्चमं च षष्ठं विकटमेव च ।
सप्तमं विघ्नराजेन्द्रं धूम्रवर्णं तथाष्टमम् ।।३।।
नवमं भालचन्द्रं च दशमं तु विनायकम् ।
एकादशं गणपतिं द्वादशं तु गजाननम् ।।४।।
द्वादशैतानि नामानि त्रिसंध्यं यः पठेन्नरः ।
न च विघ्नभयं तस्य सर्वसिद्धिकरं प्रभो ।।५।।
विद्यार्थी लभते विद्यां धनार्थी लभते धनम् ।
पुत्रार्थी लभते पुत्रान्मोक्षार्थी लभते गतिम् ।।६।।
जपेद् गणपतिस्तोत्रं षड्भिर्मासैः फलं लभेत् ।
संवत्सरेण सिद्धिं च लभते नात्र संशयः ।।७।।

श्री गणेशांचे पहिले नाव श्री वक्रतुंड आहे; कारण त्यांची सोंड सर्व दिशांतून येणाऱ्या माहितीचा स्वीकार करते. ही सोंड सरळ व ताठ म्हणजे कडक नाही. ज्ञान घेताना मनुष्याने असा लवचिकपणा ठेवावा.

दुसरे नाव श्री एकदंत. ऐन वेळी येणाऱ्या अडचणींवर मात करून कार्य पूर्ण करण्यासाठी उपाययोजना करता यायला हवी. लेखणी तुटली तरी लिखाणात व्यत्यय येऊ नये यासाठी ज्यांनी चटकन स्वतःचा दात तोडून वापरला असे एकदंत. शिवाय एकदा सांगितलेले लक्षात ठेवणारी व समजून घेणारी ही देवता.

तिसरे नाव श्री कृष्णपिंगाक्ष. ज्यांच्या नेत्रामध्ये मोह नाही आणि जे पाहिलेल्या दृश्याचे सम्यक ज्ञान करून घेतात व ते साठवतात असे श्री कृष्णपिंगाक्ष / श्री महोदर.

चौथे नाव श्री गजवक्त्र. जे कशाचाही, विशेषतः अन्नाचा स्वीकार करण्यापूर्वी विचार करतात आणि ज्यांच्या तोंडाची रचना सोंडेच्या नियंत्रणाखाली योजलेली असते अशा तऱ्हेचे मस्तक असणारे श्री गजवक्त्र.

पाचवे नाव श्री लंबोदर. अधिक माहिती साठवता तर यावी, शिवाय कुठल्याही प्रकारचा क्रोध पोटात ठेवता यावा व तो पचनसंस्थेत जाऊ नये अशी व्यवस्था असणारे श्री लंबोदर.

सहावे नाव श्री विकट. भरपूर वीर्य आणि कामशक्ती असूनसुद्धा कामवासनेवर नियंत्रण ठेवणारी देवता श्री विकट / श्री मोरेश्वर.

सातवे नाव श्री विघ्नराजेंद्र. द्वैत म्हणजेच तुझे-माझे करणे आणि तशा भावनेने समजण्यात व वागण्यात भेदभाव करणे हे जीवनातील सर्वांत मोठे विघ्न. हा दोष दूर करणारे श्री विघ्नराजेंद्र.

आठवे नाव श्री धूम्रवर्ण. मी म्हणजेच सर्व काही, मी सर्वांत शहाणा, मी सर्वांत शक्तिवान, जगावर सत्तेचा हक्क फक्त माझाच असा अहंकार नष्ट करणारे, अहंतासुराचा नाश करणारे श्री धूम्रवर्ण.

नववे नाव श्री भालचंद्र. ज्यांनी मस्तकावर चंद्र धारण केलेला आहे, म्हणजे जे अत्यंत शांतपणे विचार करतात, ज्यांचा स्वभाव अत्यंत दयाशील व प्रेमळ आहे असे श्री भालचंद्र. मेंदूत असलेल्या वाचस्पती व्यवस्थेचे केंद्र हे गणपतीचे शरीरातील स्थान आणि श्री गणेशांच्या कपाळावर दिसू शकते अशी हायपोथॅलॅमस ग्रंथी ही चंद्रासमान व तशाच गुणांची असते. तेव्हा भालचंद्र हा एक योगायोग नसून ऋषीमुनींच्या वैज्ञानिकतेचा पुरावा आहे.

दहावे नाव श्री विनायक. विश्वाचा पसारा मोठा, तसा पिंडविश्वाचा म्हणजे आपल्या शरीराचाही पसारा मोठा. त्याच्या नियोजनार्थ आवश्यक असतात अनेक गणक. त्या सगळ्या गणांचा जो नायक आणि ज्यांच्याजवळ संपूर्ण व्यवस्थापनाची विशेष सत्ता आहे असे श्री विनायक.

अकरावे नाव श्री गणपती. वेगवेगळ्या कार्यांसाठी आवश्यक असणाऱ्या वेगवेगळ्या गणांचे अधिपती ते श्री गणपती.

बारावे नाव श्री गजानन. श्री गणेशाकडे ऋद्धी, सिद्धी अशा अनेक शक्ती असतात, तसेच श्री गजाननांवर अनेक कार्यांची जबाबदारी असते. म्हणून त्यांचे प्रथम दर्शन महत्त्वाचे ठरते. त्याचे सम्यक, लक्षात राहण्यासारखे दर्शन त्यांच्या गज-आनन या रूपामुळे होते. शिवाय गजानन हे बुद्धिमत्तेचे प्रतीक आहे. तेव्हा बुद्धिदाता ते श्री गजानन.

ही गणेशाची बारा नावे सकाळ, दुपार, संध्याकाळ कायम लक्षात ठेवावीत, या नामांचा उल्लेख करावा व गणपतीला नमस्कार करावा. असे करणाऱ्या व्यक्तीला कुठलेही भय राहत नाही. त्याची सर्व कार्ये सिद्ध होतात. याप्रमाणे उपासना केल्यास विद्येची अपेक्षा असणाऱ्यांना विद्या मिळते, धनाची अपेक्षा असणाऱ्याला धन मिळते, संततीची अपेक्षा असणाऱ्यांना संतती होते, मोक्षाची इच्छा असणाऱ्यांना परमगती प्राप्त होते. सहा महिन्यांपर्यंत संकटनाशनस्तोत्राचा पाठ करणाऱ्याला ईप्सित फल मिळते आणि संपूर्ण वर्षभर पाठ करणाऱ्याला सर्व सिद्धी प्राप्त होतात यात कुठलाही संशय नाही.

अष्टभ्यो ब्राह्मणेभ्यश्च लिखित्वा यः समर्पयेत् ।
तस्य विद्या भवेत् सर्वा गणेशस्य प्रसादतः ।।८।।

आठ वेळा आठ ब्राह्मणांना हे स्तोत्र लिहून जो अर्पण करतो त्याच्यावर गणपतीची संपूर्ण कृपादृष्टी होऊन त्याला गणेशविद्या प्राप्त होते. ज्या वेळी मनुष्य गणपतीस्तोत्र म्हणतो, त्या वेळी ते लक्ष देऊन ऐकणे अपेक्षित असते. अन्यथा स्तोत्र म्हणताना श्वासाचे काही गणित चुकू शकते. स्तोत्र लिहिताना त्यात असलेल्या अक्षरांच्या आकाराप्रमाणे शरीरातील पेशींवर संस्कार होत असतो. त्यामुळे 'लिहून काढणे' म्हणजे प्रत्यक्ष अर्पण करणे असे म्हटलेले आहे. मेंदूला 'ब्रह्म' ही संज्ञा प्राप्त झालेली आहे. मेंदूचे आठ भाग म्हणजे आठ ब्राह्मण. ब्रह्म, ब्रह्मण हे शब्द भारतीय परंपरेत आलेले आहेत, हे सर्व शब्द मेंदूसाठी वापरलेले आहेत. जो ज्ञानाची उपासना करतो किंवा जो मेंदूला अधिक महत्त्व देऊन मेंदूची अधिक काळजी घेतो, मेंदूसाठी विद्येचा अभ्यास करतो, त्या व्यक्तीला ब्राह्मण म्हणायची पद्धत काही वेळा रूढ झालेली दिसते. परंतु या स्तोत्रात 'अष्टभ्यो ब्राह्मणेभ्यः' हे शब्द मेंदूच्या आठ विभागांना उद्देशून म्हटलेले आहेत. म्हणजे हे स्तोत्र मेंदूच्या आठ विभागांना अर्पण करायचे आहे. अशा प्रकारे अर्पण करत असताना स्तोत्र नीट वाचले जाते, गायले जाते आणि लिहिले जाते. त्यामुळे सर्व स्तरांवर त्याचा परिणाम झाल्यामुळे साधकाला गणेशविद्येची प्राप्ती होते.

प्रथम अवतार - वक्रतुंड

मुद्गलपुराणात श्री गणपतींचे अनेक अवतार सांगितलेले आहेत. त्यातील आठ अवतार प्रमुख असून ते असे आहेत वक्रतुंड, एकदन्त, महोदर, गजानन, लंबोदर, विकट, विघ्नराज आणि धूम्रवर्ण. वक्रतुंड हा पहिला अवतार आहे. त्यामुळे प्रथम आपण वक्रतुंडाची माहिती पाहू या.

वक्रतुण्डावतारश्च देहानां ब्रह्मधारकः ।
मत्सरासुरहन्ता स सिंहवाहनगः स्मृतः ।।

ब्रह्मरूपाने संपूर्ण शरीर धारण करणारा असा हा वक्रतुण्डावतार आहे. या अवतारामध्ये त्यांनी मत्सरासुराचे पारिपत्य केले. हा अवतार सिंह या वाहनावर आरूढ झालेला आहे.

इंद्र हा स्वर्गाचा राजा. इंद्र हे मनाचे रूपक आहे हे लक्षात घेतले, तर इंद्र शरीरातील स्वर्गात म्हणजे मानेच्या वरच्या भागात असतो व तेथे चालणाऱ्या सर्व घटनांवर त्याचे आधिपत्य असते. तेथे चालणाऱ्या सर्व क्रियांशी तो संबंधित असतो. इच्छा पूर्ण करण्यासाठी मेंदूतील विविध केंद्रे कर्मप्रवृत्त होत असतात. या सर्व केंद्रांना इंद्र (म्हणजे मन) अनुशासित करतो. इंद्र हा स्वर्गाचा राजा असला तरी त्याच्याकडूनही बऱ्याच वेळा चुका होतात. भारतीय पुराणे व प्राचीन ग्रंथ पाहिले असता इंद्राने अनेक वेळा चुका केल्याच्या व त्या चुकांमुळे देव-दानवांची युद्धे झाल्याच्या कथा असल्याचे दिसते. असेच एकदा इंद्राच्या हातून प्रमाद घडल्यामुळे मत्सरासुर नावाच्या दानवाची निर्मिती झाली.

कथा बाजूला ठेवली तरी आपल्या सहज लक्षात येईल की मनुष्याच्या बाबतीतही त्याच्या मनात मत्सर नकळत उत्पन्न होतो आणि मनुष्य त्याच्या आहारी जातो. प्रमाद घडल्यामुळे मत्सरासुराचा जन्म होतो असे म्हणता येईल. शरीरात असलेल्या वीर्यावर म्हणजेच शरीराच्या ताकदीवर मत्सरासुर पोसला जात असतो. सहसा असे आढळते की जास्त बुद्धिमान असतो त्याचा मत्सर साधारणपणे केला जात नाही, तर ज्याच्याकडे संपत्ती, जमीनजुमला वगैरे भौतिक गोष्टी भरभरून असतात त्याचा मत्सर केला जातो.

शरीरातील चांगला भाग म्हणजे शरीरसौष्ठव, मनुष्याचा वेगळेपणा हे सगळे ज्यांच्या कृपेमुळे येते ते शुक्राचार्य ऋषी. मत्सरासुराने शुक्राचार्यांची सेवा करून भगवान शंकरांच्या 'ॐ नमः शिवाय' या पंचाक्षरी मंत्राची दीक्षा घेतली व भगवान शंकरांची कठोर तपस्या केली. शंकरांनी त्याला वरदान दिले. वरदान मिळाल्यावर आपल्याला कोणाचाही धोका नाही असा त्याचा समज झाला. तो कोणालाही आवरेनासा झाला. बलाढ्य असल्यामुळे शुक्राचार्यांनी मत्सरासुराला दैत्यांचा राजा बनवले. काही दैत्य मित्रांनी विश्वविजय मिळविण्याची कल्पना मत्सरासुराला दिली. मत्सरासुराने त्याच्या अफाट बळासह पृथ्वीवर आक्रमण करून पृथ्वी जिंकून घेतली. भीतीमुळे काही राजे पळून गेले व त्यांनी दूर डोंगरात वगैरे आश्रय घेतला व संधीची वाट पाहात लपून राहू लागले. पृथ्वीवर आपले साम्राज्य स्थापन झाल्यावर त्याने पाताळावरही स्वारी केली आणि तेथील शेषनागाला आपल्या आधीन बनविले. त्यानेही मत्सरासुराचे सार्वभौमत्व मान्य केले. त्यानंतर वरुण, कुबेर, यम वगैरे देवतांनासुद्धा मत्सरासुराने पराजित केले. शेवटी इंद्रही त्याच्यासमोर टिकू शकला नाही. त्यामुळे मत्सरासुर स्वर्गाचाही सम्राट झाला. सगळे देवगण, मनुष्य असुरांच्या त्रासाने फार व्यथित झाले. त्यांना जीवन जगणे मुश्किल होऊन बसले. सरतेशेवटी ते सर्व ब्रह्मदेवांना व विष्णूंना घेऊन कैलासावर पोहोचले.

या ठिकाणी आपल्याला एक गोष्ट लक्षात घ्यायची की शरीराचे संपूर्ण चलनवलन विष्णुदेवता पार पाडत असते. शरीराच्या चेतासंस्थेचा अधिपती श्री विष्णू आहेत. मत्सरासुराने सर्वांना त्राहि भगवान करून सोडले होते. 'मर्यादेत राहा' अशी भगवान शंकरांनी मत्सरासुराला तंबी दिली, पण तरीही त्याने शंकरांच्या आज्ञेला न जुमानता कैलासावर स्वारी केली. या युद्धात शिवही टिकले नाहीत. मत्सरासुराने श्री शंकरांना पाशबद्ध केले व कैलासाचा स्वामी म्हणून मत्सरासुर तेथे राहू लागला. सगळीकडे दैत्यांचा वावर सुरू झाला. काय करावे असा देवांना प्रश्न पडला. काही मार्ग सापडत नसल्याने सर्व चिंतातुर झाले. सरतेशेवटी तेथे भगवान

दत्तात्रेय पोहोचले व त्यांनी सर्व देवतांना वक्रतुंड या अवताराची कल्पना देऊन वक्रतुंडाच्या 'ॐ गँ' या एकाक्षरी मंत्राचा उपदेश दिला. सर्व देवतांनी या मंत्राचे पुरश्चरण करून वक्रतुंडाला प्रसन्न करून घेतले. मत्सरासुराचे पारिपत्य मी करेन असे वक्रतुंडाने आश्वासन दिले व सर्वांना शांत राहण्यास सांगितले.

वक्रतुंडाने आपल्या असंख्य गणांच्या साहाय्याने मत्सरासुराला चारीही बाजूंनी घेरले. मोठे युद्ध सुरू झाले. पाच दिवसांपर्यंत युद्ध चालले. मत्सरासुराला विषयप्रिय व सुंदरप्रिय नावाची दोन मुले होती. ही दोन्ही मुले युद्धात मारली गेली. यामुळे मत्सरासुराने वक्रतुंड गणपतीला अनेक दूषणे दिली, शिव्याशाप दिले. वक्रतुंडाने मत्सरासुराला निक्षून सांगितले की तुला स्वतःचे प्राण प्रिय असतील तर तू मला शरण ये, अन्यथा तुलाही वर जायची वेळ येईल. एकूण वक्रतुंडाचे आक्राळविक्राळ स्वरूप पाहून मत्सरासुराला काही सुचेनासे झाले. तो व्याकुळ झाला. महागणपती वक्रतुंडाचे स्वरूप पाहूनच त्याची शक्ती क्षीण होऊ लागली. तो भयाने थरथर कापू लागला. वक्रतुंडाला शरण जायचे ठरवून मत्सरासुराने त्याची स्तुती सुरू केली. ती ऐकून वक्रतुंडाने मत्सरासुराला वरदान दिले. तसेच मत्सरासुराने पाताळात जावे व तेथे राहून शांतपणे जीवन जगावे असे आदेश दिले. पृथ्वी, स्वर्ग, पाताळ या ठिकाणचा त्रास थांबला. वक्रतुंड गणपतीने या सर्वांवरही आपला वरदहस्त ठेवला.

या एका गोष्टीत मत्सर, असूया, अनसूया, दत्तात्रेय हे सगळे एकत्र आलेले दिसतात. ज्या वेळी मत्सर असतो, त्या वेळी मनुष्य रागावतो. मी इतरांपेक्षा वरचढ आहे, सगळ्यांवर माझा अधिकार आहे असे त्याला वाटू लागले. माझ्या बाहूतल्या ताकदीमुळे मी संपूर्ण विश्वात श्रेष्ठ आहे असे जेव्हा एखाद्या पुरुषाला वाटते, तेव्हा स्वतःमध्ये एखादा दोष असला तरी तो पाहण्याचे त्याचे धाडस नसते. मला सोडून दुसऱ्या स्त्रीला लोक सुंदर म्हणतात या विचाराने एखादी स्त्री त्रस्त होते, तेव्हा तोही मत्सरच असतो. एकदा का अशा प्रकारे मनात मत्सर उत्पन्न झाला, की माणसाची जी काही अवस्था उत्पन्न होते, जे रोग होतात, जे त्रास होतात, तोच हा मत्सरासुराने केलेला अत्याचार. तेव्हा अशा या अतिशय वाईट मत्सरावर अनसूया व अत्री यांच्या संयोगातून झालेले श्री दत्तात्रेय सद्गुरु हेच उत्तम उपाय सांगू शकतात.

असमाधानी व्यक्तीचे तोंड नेहमी वाकडे असते. असमाधान हे मत्सरातूनच तयार झालेले असते. अमुक एका व्यक्तीजवळ एवढी संपत्ती आहे, अमुक एका व्यक्तीजवळ गाडी-घोडे आहेत, अमुक एका व्यक्तीजवळ एवढ्या सोयी आहेत, अमुक एका व्यक्तीची बायको फार सुंदर आहे, अमुक एक व्यक्ती फार मोठ्या

हृद्द्यावर आहे असे म्हणताना या सगळ्या वाक्यांमधून हे आपल्याकडे नाही हे असमाधान डोकावत असते. आणि या असमाधानातून तोंड वाकडे (वक्रतुंड) होते. गणपती वक्रतुंड आहे असे म्हणताना मात्र हा अर्थ अभिप्रेत नाही. वक्रतुंड गणेशाचे तोंड नेहमीच्या ठिकाणी नाही, तर ते शुंडेच्या खाली आहे. तुलनेसाठी जर सध्याचा संगणक घेतला, जो स्मृतीचे व निर्णय घेण्याचे काम करतो, त्याचे सर्व इनपुट्स कुठेतरी बाजूला असतात. अशा रीतीने वक्रतुंड हे नाव समर्पक दिसते.

वक्रतुंड गणपती खूप मोठा आहे. सिंहाने एक डरकाळी फोडली तर सगळ्या प्राण्यांची घाबरगुंडी उडते. सिंह पुढे उभा राहिला, तर समोरचा गार पडतो. अशीच छाप वक्रतुंड गणपतीची पडते, म्हणूनही तो सिंहवाहक आहे असे म्हटलेले आहे. वक्रतुंड गणपतीने मत्सरासुराचा वध केला नाही, तर त्याला शरण येण्यास भाग पाडले आणि पाताळलोकात पाठवले. याचा अर्थ मत्सर नष्ट झाला नाही, तो कायमसाठी राहिलेला आहे. पाताळात असलेल्या मत्सराला जागृत करून वर आणणे म्हणजे स्वतःचा नाश करून घेण्यासारखेच आहे.

वक्रतुंडाने मत्सराला पायदळी जागा दिलेली आहे. त्यामुळे तो व्यवहारातून पूर्णतः गेलेला नाही. मात्र मत्सर असला तरी त्याला आपणहून मुद्दाम जागे करू नये. मत्सर करणाऱ्यांना 'त्राहि भगवान' म्हणण्याची पाळी येईल यात नवल नाही.

ज्यांना मत्सर जास्त असतो त्यांनी दत्तात्रेयांनी दिलेल्या 'ॐ गँ' या मंत्राने वक्रतुंडाची उपासना करावी, यामुळे त्यांचा मत्सर कमी होईल.

दुसरा अवतार – एकदंत

श्री गणेश देवतेचा 'एकदंत' हा अवतार देही ब्रह्माचा धारक आहे व त्याने मदासुराचा वध केला. त्याचे वाहन मूषक आहे असे सांगितलेले आहे. मदासुर नावाचा एक पराक्रमी दैत्य होता व तो महर्षी च्यवनांचा पुत्र होता. मदासुराने वडिलांची आज्ञा घेतली व तो दैत्यगुरु शुक्राचार्यांकडे गेला. त्याने शुक्राचार्यांना विनंती केली की मला आपला शिष्य बनवून घ्या; कारण मला संपूर्ण ब्रह्मांडाचे स्वामीत्व हवे आहे. कृपा करून मला यासाठी मार्गदर्शन करा. शुक्राचार्यांनी त्याला दीक्षा देऊन आपला शिष्य बनवून घेतला व 'ऱ्हीं' हा शक्तिमंत्र दिला. गुरुंची आज्ञा घेऊन व त्यांना नमस्कार करून मदासुर जंगलात तप करायला निघून गेला. देवी पार्वतीचे ध्यान करून त्याने हजारो वर्षे कठोर तपस्या केली, इतकी, की त्याच्या शरीरावर कीड्यामुंग्यांनी घर बनविले. तो जेथे बसला होता त्याच्या चारीही बाजूला झाडे उगवली. असे त्याचे कठोर तप पाहून देवी भगवती प्रसन्न झाली. देवीने त्याला 'आरोग्यवान, निरोगी शरीर मिळेल व सर्व ब्रह्मांडाचे स्वामीत्व प्राप्त होईल' असा आशीर्वाद दिला.

या वराच्या जोरावर मदासुराने प्रथम पृथ्वीवर आपले साम्राज्य स्थापन केले, नंतर स्वर्गावर आक्रमण करून इंद्रादी देवतांना जिंकून घेतले व तो स्वर्गाचाही शासक बनला. प्रमदासुर नावाच्या राक्षसाची मुलगी सालसा हिच्याशी त्याने विवाह केला. या दांपत्याला तीन पुत्र झाले. मदासुराने शूलपाणी भगवान शंकरांनाही पराजित केले. असुरांचे क्रूर शासन सर्वत्र लागू झाले. धर्म वगैरे लुप्त झाले. देवतांच्या दुःखाला सीमा राहिली नाही. सर्वत्र हाहाकार माजला.

सगळ्या देवता चिंतित होऊन सनत्कुमारांकडे गेल्या व त्यांना मदासुराचा नाश करण्याचा व धर्माचे पुनर्स्थापन करण्याचा इलाज विचारला. सनत्कुमारांनी त्यांना एकदंताची उपासना करण्याचा सल्ला दिला. सर्व देवता व ऋषी यांनी एकदंताची उपासना केली. शंभर वर्षे उपासना केल्यावर एकदंत प्रकट झाले व त्यांनी वर मागायला सांगितला. देवतांनी विनवणी केली, ''हे प्रभो, मदासुराच्या शासनाने सर्व देवगण भ्रष्ट झालेले आहेत, मुनी कर्मभ्रष्ट झालेले आहेत. आम्हाला या कष्टांतून मुक्ती द्यावी, तसेच भक्ती प्रदान करावी.'' भगवान एकदंताने देवतांची ही विनवणी मान्य केली.

इकडे देवर्षी नारदांनी 'तुझा प्राण हरण करण्यासाठी श्री एकदंत तुझ्याशी युद्ध करतील' असे मदासुराला सांगितले. हे ऐकून मदासुर अत्यंत रागावला व असुरांची खूप मोठी सेना घेऊन एकदंताशी युद्ध करायला प्रवृत्त झाला. तो जात असताना मूषकावर आरूढ झालेले एकदंत समोरून चाल करून येत आहेत असे असुरांना दिसले. एकदंताची आकृती अत्यंत भयानक होती. त्याच्या हातात परशू, पाश वगैरे अनेक आयुधे होती. एकदंताने असुरांना सांगितले की 'तुमच्या स्वामीला जिवंत राहायचे असेल, तर त्याने सर्व ऋषीमुनींचा द्वेष करणे सोडावे, देवतांना त्यांचे राज्य परत द्यावे. असे न केल्यास मदासुराचा वध केला जाईल हे निश्चित.' परंतु महाक्रूर असलेला मदासुर युद्धासाठी तयार झाला. तो आपल्या धनुष्यावर बाण चढविणार एवढ्यात एकदंताचा परशू त्याला येऊन लागला. मदासुर बेशुद्ध होऊन खाली पडला. शुद्धीत आल्यावर त्याच्या लक्षात आले की समोरचा एकदंत हा परमात्मा आहे. एकदंताची माफी मागणेच इष्ट आहे. हात जोडून त्याने एकदंतांची स्तुती केली, माफी मागितली व 'मला भक्ती द्या' अशी विनवणी केली. एकदंत म्हणाले, ''ज्या ठिकाणी माझी पूजा, भक्ती, आराधना होत असेल तेथे तू जाऊ नये, तू आजपासून पाताळात राहावे.'' अशा प्रकारे श्री एकदंतांनी मदासुराचा बंदोबस्त केला.

एकूण काय, उन्मत्तपणा बाळगणे, 'सर्व मलाच हवे, मीच सर्वांत मोठा, देव वगैरे काही नाही, मी म्हणेन तीच पूर्व दिशा' अशा वृत्तीने वागणाऱ्यांवर जी संकटे येतात त्यावर एकदंताची उपासना कामाला येते. सैन्याकडून आक्रमण होण्यापूर्वी मध्येच प्रकट होणे, काही विशेष अडचण आली तर त्यावर मात करणे ही एकदंताची विशेषता होय.

एकदंतांचे संगणकाशी साधर्म्य पाहायचे झाले तर संगणकाच्या माउसमध्ये असणाऱ्या राईट क्लिकचे एकदंतांशी साधर्म्य असते. ही राईट क्लिक कधीतरी

विशेष कामासाठी वापरली जाते. व्यासांबरोबर महाभारत लिहून घेत असताना श्री गणेशांच्या हातातील लेखणी तुटली, मात्र लिखाणामध्ये खंड पडू नये म्हणून त्यांनी स्वतःला होणाऱ्या त्रासाचा विचार न करता आपला एक दात तोडला आणि त्याची लेखणी केली. म्हणून एकदंत हे नाव, माहिती मिळत असताना मध्ये खंड पडू द्यायचा नाही आणि शरीरसुखाच्या किंवा स्वार्थाच्या पलीकडे जाऊन स्वतःचे कर्तव्य पूर्ण करायचे याचे भान करून देते.

तिसरा अवतार – महोदर / कृष्णपिंगाक्ष

मोह डोळ्यांवर स्वार झाला की सगळेच वेगळे दिसू लागते. याला मदिरेची जोड मिळाली की मग तर आसुरी प्रवृत्ती अजूनच प्रबळ होते. अशा मोहासुराचा संहार श्री गणेशाने या अवतारात केला आहे. या अवताराला महोदर किंवा कृष्णपिंगाक्ष असे नाव दिलेले आहे.

श्री गणेशाचा महोदर हा जो विख्यात अवतार झाला तो ज्ञानब्रह्माचा प्रकाशक होता. एकूण ब्रह्मविषयीचे, एकत्वाचे, संपूर्ण सृष्टीचे ज्ञान म्हणजे ब्रह्मज्ञान. ज्ञानब्रह्म म्हणजे ज्या ठिकाणी केवळ ज्ञान आहे आणि तेसुद्धा ब्रह्मविषयीचे आणि सम्यक् आहे. ज्ञानब्रह्म म्हणजे मूळ संकल्पना, त्या ठिकाणची सत्ता, त्या ठिकाणची शक्ती असे म्हणायला हरकत नाही. महोदर हा ज्ञानब्रह्मप्रकाशक आहे. तो मोहासुराचा विनाशक असून त्याचे वाहन मूषक आहे.

सर्व दैत्य हे शुक्राचार्यांचे शिष्य होत. 'तू बलवान आहेस, तू उपासना कर म्हणजे तू पुढे सम्राट होऊ शकशील' असे शुक्राचार्यांनी मोहासुराला सांगितले आणि यासाठी सूर्याची उपासना करायला सांगितली. मोहासुराने कठोर उपासना करून सूर्यदेवाला प्रसन्न करून घेतले व 'तू सर्वत्र विजयी होशील' असा आशीर्वादही मिळविला. यानंतर शुक्राचार्यांनी मोहासुराला दैत्यांचा राजा या पदाचा अभिषेक केला. राजा झाल्यावर मोहासुराने आपल्या पराक्रमाने पृथ्वी, अंतरिक्ष व स्वर्ग या तिन्ही लोकांवर अधिकार प्राप्त केला. त्याच्या भीतीने मुनी, ऋषी, चांगली कामे करणारे लोक पळून गेले आणि जंगलात वगैरे राहू लागले. मोहासुराला मैदान आणखीच मोकळे झाले. मोहासुराच्या पत्नीचे नाव होते मदिरा. मोहासुर मदिरेबरोबर स्वतःचे जीवन व्यतीत करू लागला. कुणालाही काम करण्याचा उत्साह राहिला नाही. समाजात भीतीचे

वातावरण उत्पन्न झाले. सत्कर्म, यज्ञ, तप लुप्त होऊ लागले. हे सर्व पाहून सर्व ऋषीगण, सर्व देव सूर्यदेवतेकडे गेले आणि या विपत्तीचा उपाय सांगण्याची विनंती केली. भगवान सूर्याने त्यांना 'ॐ' हा एकाक्षर मंत्र दिला आणि गणेशाची उपासना करण्यास सुचविले. त्या सर्वांनी अत्यंत श्रद्धेने व भक्तीने महोदराची उपासना करण्यास सुरुवात केली. त्यांच्या तपस्येने संतुष्ट होऊन भगवान महोदर प्रकट झाले आणि 'मी मोहासुराचा वध करीन, तुम्ही निश्चिंत राहा' असे वचन दिले.

ही कथा वाचताना एक गोष्ट लक्षात येते की शुक्राचार्य हे मोठे ऋषी होते. ते राक्षसांना प्रबल होण्याचा सल्ला देत असत; पण दैत्यांनी इतरांना त्रास द्यावा, देवतांवर हल्ला करावा असा सल्ला ते कधीच देत नसत. राक्षस मात्र त्यांच्या गुरुंचे कधीच पूर्णपणे ऐकत नसत, फक्त फायद्याचे तेवढे ऐकत. तेव्हा गुरुंचे पूर्ण न ऐकणाऱ्यांना, त्यांचे वचन मोडणाऱ्यांना राक्षस म्हणायला हरकत नाही.

शरीरामध्ये शुक्राचार्यांची शक्ती ही शुक्रधातूवर अवलंबून आहे. शरीरात शुक्रधातू व्यवस्थित असेल, तरच मज्जाधातू व ओज हे सर्व व्यवस्थित तयार होतात. शुक्रामुळे शरीराची केवळ प्रजननसंस्था नीट चालते असे नाही, तर त्यामुळे शरीराचे एकंदर आरोग्य नीट राहते, चांगल्या कल्पना सुचतात, मन सकारात्मकतेने काम करते, चांगल्या सिद्धी तयार होतात. शुक्रात दोष उत्पन्न झाला, तर शरीरात दोष उत्पन्न होतोच, पण ज्याच्याबरोबर संबंध येईल त्याच्या शरीरातही दोष उत्पन्न होतो. म्हणजे लिंग-योनीजन्य विकार होऊ शकतात, गुप्तरोग होऊ शकतात.

तेव्हा शुक्राचार्यांनी 'उपासना कर व सामर्थ्य वाढव' असे सांगितल्यावरून सामर्थ्य वाढले, तरी दुसऱ्यावर अत्याचार करणे, स्त्रियांना पळविणे, स्त्रियांची प्रतिष्ठा धुळीला मिळविणे हे उद्योग करता येत नाहीत आणि असे अत्याचार करणाऱ्यावर संकट येतेच येते.

शुक्राचार्यांनी मोहासुराला सूर्याची उपासना करायला सांगितली होती. आपल्या मेंदूतील सूर्यकेंद्र हे मोटरिक सेंटरवर (सर्व प्रकारच्या हालचालींना जबाबदार असणाऱ्या सेंटरवर) नियंत्रण ठेवते. हालचाल जास्त प्रमाणात केल्यास सूर्यकेंद्र दूषित होऊ शकते. सूर्यकेंद्र दूषित झाले तर खूप मोठा दोष पदरात येऊ शकतो. मोहासुराने उपासना करून सूर्यकेंद्राची शक्ती प्राप्त केली आणि त्या शक्तीच्या जोरावर मोहासुर इतरांना त्रास देऊ लागला. यावरून त्याचा पराभव करण्यासाठी शुक्राचार्यांनी सांगितलेली उपासनाच उपयोगात येणार हे लक्षात घेऊन सर्व ऋषी सूर्याकडे गेले. सूर्याने त्यांना गणपतीची एकाक्षरी मंत्राने उपासना करायला सांगितली. सूर्य हे कर्माचे केंद्र आहे. संकल्पना, धी, धृती, स्मृती हे सर्व असते

मेंदूमध्ये. श्री गणेश या नावाने असलेल्या मेंदूच्या विभागात संकल्पना, धी, धृती, स्मृती हे सर्व साठवलेले असते. त्यामुळे सूर्याने सर्व देवतांना, ऋषीगणांना श्री महोदर गणेशाची उपासना करायला सुचविणे साहजिक होते.

महोदर श्री गणेश युद्धासाठी निघालेले पाहून महर्षी नारदांनी मोहासुराला त्यांच्या विराट स्वरूपाविषयी समजावले. दैत्यगुरु शुक्राचार्यांनीही त्याला महोदराला शरण जाण्याचा सल्ला दिला. प्रत्यक्ष श्री विष्णू दूत बनून युद्ध टाळण्यासाठी मोहासुराकडे गेले व त्याला महोदराशी मैत्री करण्यास सुचविले. श्री विष्णूंनी त्याला सांगितले, "तू जर महोदराला शरण गेलास, देवाब्राह्मणांना जीवन जगण्यात अडचण आणणार नाही असे वचन दिलेस, तरच तुझे रक्षण होईल. तुला वाचविणारा अन्य कोणीही नाही." हे ऐकून मोहासुराचा अहंकार नष्ट झाला व त्याने श्री विष्णूंना महोदराला आपल्या नगरात आणण्याची विनंती केली. महोदर श्री गणेश जेव्हा मोहासुराच्या नगरात गेले, तेव्हा मोहासुराने त्यांचे मोठे स्वागत केले व तो त्यांना भक्तिपूर्वक शरण गेला, त्यांची स्तुती केली. 'तुमच्या प्रत्येक आदेशाचे मी पालन करीन' असे वचन दिले. तसेच कुठल्याही देवतेजवळ किंवा ऋषींजवळ जाणार नाही असे खात्रीपूर्वक सांगितले. भगवान महोदर मोहासुराच्या लीनतेवर प्रसन्न झाले. मोहासुर शांत झाल्यामुळे सर्व देवता, ऋषी, ब्राह्मण स्त्री-पुरुष सुखी झाले.

आपल्या लक्षात येईल की अमुक गोष्टीमुळे अकल्याण होईल हे कळत असतानाही ती गोष्ट करण्याची इच्छा होणे म्हणजे मोह. याचे कारण असे की मनुष्य बाह्य देखाव्यावर, मायेवर सहज आकर्षित होतो. एखाद्या वस्तूचे आवरण चकचकीत दिसले की आत काही तरी खास आहे असे आपल्याला वाटते व ती वस्तू आपल्याला हवी अशी इच्छा उत्पन्न होते. सीतेला सुवर्णमृगाची इच्छा झाली ती मोहातूनच. मोहासुराने व्याप्त झाल्यावर दुसरे काही सुचणे शक्यच नसते. मोहाला मदिरेने साथ दिली तर नाश अटळच असतो. मोह व मदिरेच्या आहारी जायच्या आधी कोणीतरी समजावणे आवश्यक असते. व्यसनमुक्तीसाठी श्री महोदराचा विशेष उपयोग होऊ शकेल.

चौथा अवतार – गजानन / गजवक्त्र

रावणाचा भाऊ कुबेर एकदा कैलासावर गेला होता. पार्वतीच्या सौंदर्यावर कुबेराचे लक्ष गेले व तो वाईट नजरेने पार्वतीकडे एकटक पाहत राहिला. पार्वती क्रोधित झाली. पार्वतीची कोपदृष्टी आपल्यावर होते आहे हे कुबेराच्या लक्षात आल्यावर तो घाबरला. या घाबरण्यातून लोभासुराची उत्पत्ती झाली.

लोभासुर अत्यंत प्रतापी व बलवान होता. आशीर्वाद घेण्यासाठी त्याने शुक्राचार्यांकडे जायचे ठरवले. शुक्राचार्यांनी त्याला 'ॐ नमः शिवाय' या मंत्राची दीक्षा दिली व तपस्या करायला सांगितले. लोभासुराने घोर तपस्या केली. नित्य भस्मधारण, जप वगैरे गोष्टींचे त्याने पालन केले, काही दिवस अन्नपाण्याचाही त्याग केला. त्याच्या या घोर तपस्येवर प्रसन्न होऊन भगवान शंकर प्रकट झाले. लोभासुराने भगवान शंकरांची स्तुती केली, त्यांना तो शरण गेला. श्री शंकरांनी प्रसन्न होऊन लोभासुराला वर देऊन निर्भय केले.

पुढे लोभासुराने असुरांची सर्व सेना एकत्र केली आणि पृथ्वीवरच्या सर्व राजांना जिंकून घेतले, इतकेच नाही तर त्याने स्वर्गावर आक्रमण करून इंद्रलाही जिंकून घेतले. सर्व ठिकाणी हाहाकार माजला. सर्व देव इंद्राला घेऊन श्री विष्णूंना शरण गेले व त्यांनी आपली स्थिती कथन केली. श्री विष्णू गरुडावर स्वार झाले व त्यांना लोभासुराशी संग्राम केला. परंतु भगवान शंकरांच्या आशीर्वादामुळे लोभासुरापुढे श्री विष्णूंचे काही चालले नाही व श्री विष्णूंना पराजयाला तोंड द्यावे लागले. दुर्बुद्धी म्हणतात ती अशी की लोभासुराने आपले दूत पाठवून प्रत्यक्ष शंकरांना युद्ध करण्याचे आमंत्रण दिले. 'कैलास माझ्या ताब्यात द्या, अन्यथा युद्धाला तयार व्हा' असे आवाहन त्याने केले. 'माझ्याच वरदानामुळे तुला विजय

प्राप्त झालेला आहे' अशी शंकरांनी त्याला आठवण करून देण्याचा प्रयत्न केला. परंतु लोभासुर आपले म्हणणे सोडायला तयार नव्हता. इलाज नसल्यामुळे शंकरांनी कैलास पर्वत सोडला. अति उन्मत्त होऊन लोभासुर आनंद व्यक्त करत राहिला. साहजिकच धर्म, कर्म सगळे समाप्त झाले. सज्जनांना त्रास होऊ लागला, पापाचे साम्राज्य सुरू झाले.

सरतेशेवटी रैभ्य मुनी यांच्या सांगण्यावरून सर्व देवतांनी श्री गणेशाची उपासना केली. गणेश प्रसन्न झाले व त्यांनी लोभासुरापासून मुक्ती देण्याचे आश्वासन दिले. श्री शंकरांनी लोभासुराला श्री गजाननाचा संदेश ऐकवला. तू गजाननाला शरण आला नाहीस व शांतपणे जगला नाहीस, तर तुला युद्धाला सामोरे जावे लागेल असेही सांगितले. गुरु शुक्राचार्यांनी लोभासुराला श्री गजाननाचा महिमा व शक्ती यांची जाण करून दिली. श्री गजाननासमोर आपला निभाव लागणे अशक्य आहे हे लक्षात आल्यावर लोभासुर श्री गजाननाला शरण आला.

परस्त्रीवर नजर गेली तर शरीरात काय बदल होतात किंवा शुक्र दूषित झाले तर शरीरात काय बदल होतात, शरीराची एकूण व्यवस्था कशी बिघडते हे या कथेतून लक्षात येते. सर्व व्यवस्था चालविणारा इंद्र पराजित झाला, तर मेंदू नीट चालत नाही. अशा वेळी नीट तपस्या करून मेंदूला चालना मिळवून दिली, तर मेंदूतील शिवग्रंथीला ताकद मिळू शकते, ज्यामुळे या प्रकारच्या दोषांपासून (वीर्यदोष, परस्त्रीगमनार्थ दोष वगैरे) मुक्ती मिळू शकते असा या कथेचा अर्थ घ्यायला हरकत नाही. 'गजानना गजानना शिव गौरीनंदना जय जय गजानना' या मंत्रांचा जप करावा.

पाचवा अवतार - लंबोदर

लंबोदर नावाचा श्री गणेश देवतेचा अवतार सत् स्वरूप शक्ती ब्रह्माचा धारक आहे. त्याचे वाहन मूषक आहे. भगवान श्री विष्णूंनी जेव्हा मोहिनीचे रूप घेतले, तेव्हा भगवान शिव कामातुर झाले. त्यांचे वीर्य जमिनीवर स्खलित झाले. त्यातून काळ्या रंगाचा असुर उत्पन्न झाला, याचे डोळे तांब्याच्या धातूसारखे लाल चमकदार होते. हा असुर दैत्यगुरु शुक्राचार्यांकडे गेला व म्हणाला, ''माझे पालन तुम्हालाच करायला हवे, आपण मला शिष्य करून घ्यावे. कृपया माझे नामकरण करा.'' शुक्राचार्यांनी ध्यानस्थ होऊन विचार केला आणि त्याचे क्रोधासुर असे नामकरण केले. त्याला सर्व प्रकारच्या विद्या व शिक्षण दिले. शंबर दैत्याची रूपवती कन्या प्रीती हिच्याशी त्याचा विवाह करून दिला. क्रोधासुराने संपूर्ण ब्रह्मांडावर विजय प्राप्त करण्याची इच्छा प्रकट केली व त्यासाठी शुक्राचार्यांनी मंत्र द्यावा अशी विनंती केली. शुक्राचार्यांनी क्रोधासुराला सूर्यमंत्राची दीक्षा दिली. गुरुंची आज्ञा घेऊन क्रोधासुर वनात गेला. एका पायावर उभे राहून त्याने सूर्यमंत्राचा जप केला. निराहार राहून शीत-उष्ण वगैरे कष्ट सहन करत तपश्चर्या केली. अशी १००० वर्षे तपश्चर्या केल्यावर सूर्यदेव प्रसन्न झाले. क्रोधासुराने सूर्यदेवांचे भक्तिभावाने पूजन केले. 'मला मृत्यू नसावा, मी संपूर्ण ब्रह्मांड जिंकू शकावे व सर्व योद्धयांमध्ये मी अद्वितीय असावे' असा वर मागितला. 'तथास्तु' म्हणून भगवान सूर्य अंतर्धान पावले.

क्रोधासुर शुक्राचार्यांकडे परत गेला व त्यांच्या पाया पडून झालेली घटना सांगितली. शुक्राचार्यांनी क्रोधासुराला आवेशपुरीच्या दैत्यांचा राजा म्हणून नेमणूक केली. मात्र काही दिवसांनंतर क्रोधासुराची ब्रह्मांडविजयाची मूळ इच्छा उफाळून आली. त्याने विजयी यात्रेला सुरुवात केली. पृथ्वी, स्वर्ग जिंकून घेतले. क्रोधासुराने

भगवान सूर्याचा सूर्यलोकही जिंकून घेतला. सर्वांना त्रास होऊ लागला. ऋषी-मुनी कष्टी झाले. त्यांनी श्री गणेशांची आराधना सुरू केली. आराधनेमुळे प्रसन्न होऊन श्री गणेश लंबोदर म्हणून प्रकट झाले व 'तुम्ही काळजी करू नका. मी क्रोधासुराचा अहंकार चूर्ण करून त्याला योग्य ते शासन करीन' असे त्यांनी वचन दिले. लंबोदर व क्रोधासुर यांचा भीषण संग्राम झाला. क्रोधासुराच्या बाजूचे पुष्कळ योद्धे रणभूमीत मारले गेले. क्रोधासुर दुःखी झाला. शेवटी त्याने लंबोदराच्या चरणांवर स्वतःला अर्पण केले व त्याची स्तुती केली. कृपावंत लंबोदराने त्याला वरदान दिले व पाताळात जाण्याची आज्ञा दिली. सर्व देवतांनी लंबोदराचे गुणगान केले.

या गोष्टीत वीर्य व क्रोध हे दोन महत्त्वाचे विषय आलेले आहेत. वीर्य कमी झाले, अकारण खर्ची पडले तर त्यातून क्रोधासुर तयार होतो म्हणजे क्रोधिष्ट, चिडचिडा स्वभाव तयार होतो. सूर्य हे मेंदूमधील एक शक्तिकेंद्र, ज्यावर शरीरातील सर्व हलनचलन, संदेशवहन अवलंबून असते. अतिक्रोधामुळे, वीर्यऱ्हासामुळे किंवा अन्य काही कारणामुळे या शक्तिकेंद्रात बिघाड झाला, तर त्यामुळे रक्ताभिसरण, चेतासंस्थेद्वारा होणारे संदेशवहन यावर परिणाम होऊन रोग उत्पन्न होतात, अशी कल्पना येथे करता येईल.

सहावा अवतार – विकट / मोरेश्वर

भगवान श्री गणेशाचा विकट - मोरेश्वर नावाचा प्रसिद्ध अवतार कामासुराचा संहार करणारा आहे. तो सौरब्रह्माचा धारक समजला गेलेला आहे. याचे वाहन मयूर आहे. जालंधराचा वध करण्याच्या हेतूने जेव्हा भगवान श्री विष्णू त्याचे तप नष्ट करण्यासाठी गेले होते, तेव्हा त्यांच्या शुक्रापासून कामासुर नावाचा एक अत्यंत तेजस्वी असुर उत्पन्न झाला. दैत्यगुरु शुक्राचार्यांची दीक्षा प्राप्त करून कामासुराने कठोर तपस्या केली. कठोर तपस्येमुळे कामासुराचे शरीर क्षीण झाले, मात्र तेज वाढले. १००० वर्षांच्या तपस्येनंतर भगवान शिव प्रसन्न झाले व त्यांनी कामासुराला वर मागायला सांगितले. कामासुराने श्री शंकरांना प्रणाम केला व 'मी शिवदर्शनाने कृतार्थ झालो' असे म्हणून याचना केली, "हे प्रभो, मला ब्रह्मांडाचे राज्य व आपली भक्ती द्या. मी बलवान व मृत्युंजय होऊ दे." शंकर महादेव म्हणाले, "इतर देवदेवतांच्या दुःखाला कारण होणारे असे वरदान तू मागितले आहेस, परंतु तुझ्या तपस्येवर प्रसन्न झाल्यामुळे मी तुझी इच्छा पूर्ण करतो!"

कामासुर शुक्राचार्यांकडे परत गेला. त्याने शुक्राचार्यांना सर्व कथा सांगितली. शुक्राचार्य त्याच्यावर प्रसन्न झाले व त्यांनी महिषासुराची रूपवती कन्या कृष्णा हिच्याबरोबर त्याचा विवाह लावून दिला. समस्त दैत्यांनी कामासुराला आपला नेता म्हणून अनुमोदन दिले व सर्व दैत्य कामासुराच्या आधीन होऊन राहू लागले. कामासुराने एक सुंदर राजधानी उत्पन्न केली. रावण, शंबर, बली, महिष आणि दुर्मद यांना आपल्या सेनेचे प्रधान बनवले. कामासुराने पृथ्वीच्या समस्त राज्यांवर आक्रमण केले, स्वर्गावर चढाई केली. त्याच्या पराक्रमासमोर इंद्रादी देवतांचाही टिकाव लागला नाही. कामासुर तिन्ही लोकांवर आधिपत्य करू लागला. साहजिकच

कर्म, धर्म नष्ट झाले. सर्व ठिकाणी छल, कपट यांचे साम्राज्य स्थापन झाले. देवता व अन्य धर्मपरायण लोक अतिशय कष्टी झाले.

महर्षी मुद्गलांच्या प्रेरणेने सर्व देवगण मयूरी क्षेत्र येथे आले. त्यांनी गणेशाची पूजा केली. श्री गणेश प्रसन्न झाला व विकटरूपात प्रकट झाले. त्याने देवतांना वर मागण्यास सांगितले. देवतांनी कामासुराच्या अत्याचाराच्या कथा गणेशाला सांगितल्या, झालेले कष्ट त्याच्या नजरेस आणून दिले आणि रक्षण करण्याची विनंती केली. 'तथास्तु' म्हणून विकटरूपातील श्री गणेश अंतर्धान पावला.

मयूर भगवान विकटाने देवतांना बरोबर घेऊन कामासुराच्या राज्याला वेढा घातला. कामासुर सैन्य घेऊन बाहेर आला. भयानक युद्ध सुरू झाले. शोषण व दुष्पूर हे कामासुराचे दोन पुत्र युद्धात मारले गेले. भगवान मयूरेश्वराने कामासुराला सुनावले, ''तुला भगवान शंकरांचे वरदान मिळाले आहे; पण त्यातून तू अधर्म करतो आहेस. तुला जिवंत राहायचे असेल तर देवतांचा द्रोह सोड आणि मला शरण ये; अन्यथा तुझे मरण निश्चित आहे.'' यावर कामासुराने अति रागाने आपली गदा विकटावर फेकली. परंतु गदेचा स्पर्श भगवान विकटाला न होताच गदा पृथ्वीवर खाली पडली. इकडे कामासुर मूर्च्छित झाला. शस्त्र हातात न धरता या देवाची शक्ती एवढी असेल, तर त्याने हातात शस्त्र धरल्यास काय होऊ शकेल याची कल्पना कामासुराला आली. कामासुर मयूरेश्वराला शरण आला. मयूरेश्वराने कामासुराला क्षमा केली. सर्व देव, ऋषी, मुनी भयमुक्त होऊन भगवान मयूरेश्वराचा जयजयकार करू लागले.

वीर्यशक्ती नसताना कामातुर होणे हा मोठा दोष समजला जातो आणि यासाठी काही मर्यादेत ब्रह्मचर्य पाळून मयूरेश्वराची उपासना करून ही सवय घालविता येऊ शकेल.

सातवा अवतार - विघ्नराजेंद्र / विघ्नराज

भगवान श्री गणेशांचा विघ्नराजेंद्र किंवा विघ्नराज नावाचा हा अवतार विष्णूब्रह्माचा वाचक आहे. विघ्नराजेंद्राचे वाहन शेष आहे. तो ममतासुराचा संहारक आहे. एकदा पार्वती आपल्या सख्यांबरोबर गप्पा मारत असताना हसली व त्या हसण्यातून एका पुरुषाचा जन्म झाला. पाहता पाहता तो पुरुष पर्वताएवढा मोठा झाला. पार्वतीने त्याचे नाव ममतासुर असे ठेवले. पार्वतीने ममतासुराला श्री गणेशाचे स्मरण करायला सांगितले. गणेशाच्या स्मरणाने तुला सर्व काही मिळेल असेही सांगितले. माता पार्वतीने ममतासुराला 'वक्रतुण्डाय हुम्' हा गणपतीचा षडाक्षरी मंत्र दिला. मातेच्या चरणांना स्पर्श करून तो वनात तपस्येसाठी गेला. वनात त्याची शंबरासुराशी भेट झाली. शंबरासुराने त्याला सर्व आसुरी विद्या शिकविल्या. या विद्यांच्या अभ्यासामुळे त्याची प्रवृती आसुरी झाली व त्याला आसुरी शक्ती प्राप्त झाल्या. त्यानंतर शंबरासुराने ममतासुराला विघ्नराज गणेश यांचे ध्यान व जप करून उपासना करण्याची प्रेरणा दिली. ममतासुराने तप सुरू केले. केवळ वायूभक्षण करून त्याने ध्यान व जप केले. अशी दिव्य सहस्त्र वर्षे गेली. प्रसन्न होऊन श्री गणेश विघ्नराजेंद्र स्वरूपात प्रकट झाले. ममतासुराने त्यांना नमस्कार केला, पूजा केली. 'तुम्ही माझ्यावर प्रसन्न असाल, तर मला ब्रह्मांडाचे राज्य पाहिजे. युद्धात माझ्यासमोर कुठलेही विघ्न टिकता कामाचे नाही. शिवासमोर सुद्धा मी अजेय असावे', अशी मागणी ममतासुराने केली. यावर विघ्नराजेंद्रानी त्याला सांगितले की, 'तू दुःसाध्य वर मागितला आहेस; पण तरी तुला मी हा वर देईन.'

वर मिळाल्यावर ममतासुर शंबरासुराकडे गेला. विघ्नराजेंद्रांकडून मिळालेल्या वरप्राप्तीचा समाचार सांगितला. सर्वांचे मन प्रसन्न झाले. शंबरासुराची

कन्या मोहिनी हिच्याशी ममतासुराचा विवाह संपन्न झाला. हा सर्व समाचार शुक्राचार्यांना मिळाल्यानंतर त्यांनी ममतासुराला दैत्यांचा राजा बनविले. एके दिवशी ममतासुराने शुक्राचार्यांसमोर आपली विश्वविजयाची इच्छा व्यक्त केली. शुक्राचार्यांनी त्याला प्रथम दिग्विजय करण्यास सांगितले, परंतु 'विघ्नराजेंद्राच्या कृपेमुळेच तुला हे वैभव प्राप्त झालेले आहे; तेव्हा तू विघ्नराजेंद्रांना विरोध करू नकोस' असेही सांगितले. ममतासुराने पृथ्वी, पाताळ जिंकले, स्वर्गावर स्वारी केली, इंद्राशी संग्राम केला. बलवान असुरांपुढे देवांचा टिकाव लागला नाही. स्वर्ग ममतासुराच्या आधिपत्याखाली आला. युद्धभूमीवर भगवान श्री विष्णू व श्री शिवही पराजित झाले. संपूर्ण ब्रह्मांडावर ममतासुराचे शासन सुरू झाले. ममतासुराने सर्व देवांना बंदिगृहात टाकले. धर्माचरणाचा लवलेशही उरला नाही.

कष्टनिवारण होण्यासाठी देवतांनी विघ्नराजांची पूजा केली. एक वर्ष कठोर तपस्या केली. विघ्नराज प्रसन्न झाले. धर्माचा उद्धार व ममतासुराच्या अत्याचारांपासून मुक्ती हे दोन वर देवतांनी मागून घेतले. भगवान विघ्नराजेंद्राने नारदाला ममतासुराकडे पाठवले. नारदांनी ममतासुराला 'तू अधर्म करतो आहेस, हा अत्याचार करणे थांबव, विघ्नराजेंद्राला शरण जा' असा सल्ला दिला. 'अन्यथा तुझा सर्वनाश निश्चित आहे' असेही बजावले. गुरु शुक्राचार्यांनीही ममतासुराला समजाविण्याचा प्रयत्न केला. परंतु त्या अहंकारी असुरावर कुणाच्याही सांगण्याचा परिणाम झाला नाही. ममतासुराच्या दुष्ट वागणुकीवर विघ्नराजेंद्र संतप्त झाला. त्याने आपले कमळ असुरसेनेवर सोडले. कमळाच्या वासाने समस्त असुर मूर्च्छित व शक्तिहीन झाले. ममतासुराला आपली चूक लक्षात आली व त्याने भयभीत होऊन विघ्नराजेंद्र श्री गणेशाच्या चरणांवर लोळण घेतली, त्यांना शरण गेला. त्याची स्तुती करून माफी मागितली. विघ्नराजेंद्राने त्याला पाताळात जाण्याची आज्ञा केली. सर्व देवगण मुक्त झाले व चारही दिशांना भगवान विघ्नराजेंद्राचा जयजयकार होऊ लागला.

जीवनात वारंवार येणारी संकटे व अडचणी यांसाठी विघ्नराजेंद्राची पूजा करावी.

आठवा अवतार – धूम्रवर्ण

श्री गणेशाने धूम्रवर्ण या अवतारात अभिमानासुर या राक्षसाचा नाश केला. हा अवतार शिवब्रह्मस्वरूप समजला जातो. मूषक हे याचे वाहन आहे. एकदा ब्रह्मदेवांनी सूर्यदेवांना विशेष अशी कामगिरी दिली. ब्रह्मदेवांकडून कामगिरी मिळाल्यामुळे सूर्याला अहंकार झाला. सूर्याच्या मनात अहंकाराची भावना आली, त्याच वेळी त्याला शिंक आली व त्या शिंकेतून अभिमानासुर म्हणजेच अहंतासुराचा जन्म झाला. अहंतासुराने शुक्राचार्यांकडून गणेशमंत्राची दीक्षा घेतली, त्यानंतर त्याने हजार वर्षे तपस्या केली, ध्यान, जप वगैरे केले. त्याच्या या तपस्येमुळे श्री गणेश प्रसन्न झाला. इच्छित वर माग असे श्री गणेशाने म्हटल्यानंतर अहंतासुराने सर्व ब्रह्मांडाचे राज्य, अमरत्व, आरोग्य, अजेयत्व वगैरे गोष्टी मागितल्या. श्री गणेश 'तथास्तु' म्हणाले.

श्री गणेशाकडून वरदान मिळालेला अहंतासुर शुक्राचार्यांकडे गेला, त्यांना नमस्कार केला. तपश्चर्येची सफलता विदित केली. शुक्राचार्यांनी अहंतासुराला दैत्यांचा स्वामी म्हणून घोषित केले. विषप्रिय नावाच्या नगरात अहंतासुर राहू लागला. प्रमदासुराच्या कन्येशी विवाह करून दिला. त्याला पुढे दोन पुत्र झाले. अहंतासुराने विश्वविजयाची प्रतिज्ञा केली, पृथ्वी, स्वर्ग वगैरेंवर विजय मिळविला आणि देव, ऋषी, मुनी वगैरेंना 'त्राहि भगवान' करून सोडले. त्याने एक विचित्र गोष्ट अशी केली की नागकन्यांचे अपहरण करून त्यांचा शीलभंग केला. सर्वत्र पाप व अन्यायाचा फैलाव झाला.

अहंतासुराच्या छळामुळे त्रासलेल्या देवांनी श्री शंकरांची तसेच ब्रह्मदेवांची उपासना केली व त्यांच्या सल्ल्याने श्री गणपतीची उपासना सुरू केली. ७०० वर्षे

कठोर साधना केल्यावर श्री गणेश भगवान धूम्रवर्ण या रूपात प्रसन्न झाला व त्याने सर्वांचे कष्ट दूर करण्याचे वचन दिले. धूम्रवर्ण देवतेने देवर्षी नारद मुनींना दूत म्हणून अहंतासुराकडे पाठविले. निरोप ऐकून अहंतासुर अधिकच रागावला व त्याने नारदांनी दिलेला संदेश निष्फल केला.

हे पाहून श्री धूम्रवर्णांनी क्रोधित होऊन असुर सेनेवर आपला पाश टाकला. या फासामुळे असंख्य असुर यमलोकी जाऊ लागले. सगळीकडे हाहाकार उडाला. असुरांनी आपल्या बाजूने युद्ध करण्याचा खूप प्रयत्न केला. परंतु धूम्रवर्णाच्या तेजस्वी पाशापुढे असुरांचे काही चालले नाही. अहंतासुराने आपल्या गुरुंकडे म्हणजे शुक्राचार्यांकडे जाऊन मार्गदर्शन मागितले. शुक्राचार्यांनी अहंतासुराला धूम्रवर्णाला शरण जायला सांगितले. गुरुंच्या सांगण्यावरून अहंतासुराने धूम्रवर्णाकडे जाऊन क्षमा मागितली. धूम्रवर्णानेही त्याला अभय दिले आणि आदेश दिला की जेथे माझी पूजा होत नसेल तेथे जाऊन राहा. माझ्या भक्तांना त्रास देण्याचा कधीच प्रयत्न करू नकोस. अहंतासुराने धूम्रवर्णाच्या चरणी नमस्कार केला व तो निघून गेला.

स्त्रीप्रतिष्ठा मनात कायम ठेवायलाच हवी. स्त्रीचा आदर केला नाही, त्यांच्याविषयी मनात उणाभाव ठेवला, त्याही पलीकडे जाऊन स्त्री शोषण, स्त्री अत्याचार यांसारखे पातक नाही. असा विचारसुद्धा स्वतःच्या गळ्यात पाश टाकून घेण्यासारखे आहे.

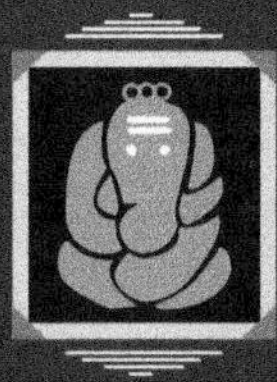

अष्टविनायक आणि श्री गणेशाची द्वादशनामे - एक अभ्यास

प्रचलित अष्टविनायक	स्थान	बारा नावांपैकी नाव
श्री मयूरेश्वर	मोरगाव	श्री विकट
श्री गिरिजात्मज	लेण्याद्री	श्री वक्रतुंड
श्री विघ्नेश्वर	ओझर	श्री विघ्नराजेंद्र
श्री महागणपती	रांजणगाव	श्री कृष्णपिंगाक्ष/श्री महोदर
श्री वरदविनायक	महड	श्री लंबोदर
श्री सिद्धिविनायक	सिद्धटेक	श्री एकदंत
श्री बल्लाळेश्वर	पाली	श्री धूम्रवर्ण
श्री चिंतामणी	थेऊर	श्री गजवक्त्र / श्री गजानन

श्री गणेश अवतारांच्या कथांचा उपसंहार

आत्तापर्यंत आपण श्री गणेशांच्या अनेक गोष्टी ऐकल्या. महाराष्ट्रात प्रसिद्ध असलेल्या अष्टविनायकांची विशिष्ट स्थाने आहेत. भारतात श्री गणपतीची असंख्य मंदिरे आहेत. यातील काही स्वयंभू आहेत, तर काही स्थापन केलेली आहेत. यांची उपासना फलदायी होतेच. भारतातच नव्हे, तर परदेशांतही श्री गणेशाची मंदिरे आहेत. प्रत्येक स्थानाची विशिष्ट शक्ती असल्याने तेथे जाऊन नमस्कार करण्याने मनोकामना पूर्ण होते अशी भाविकांची श्रद्धा असते. अष्टविनायकांबाबत बरेचसे मतप्रवाह आढळून येतात. प्रचलित अष्टविनायक जसेच्या तसे असतीलच असे नाही. मूळ श्लोकात १२ गणपतींची नावे आहेत. त्यांपैकी काही नावे अष्टविनायकांमध्ये दिसतात. अष्टविनायकांची सर्व मंदिरे या गणेशकथांमध्ये येतात असे नाही. परंतु एक निश्चित की कुठलाही त्रास होत असताना या मंदिरांत जाऊन दर्शन घेतले, उपासना केली तर कष्ट दूर होतात ही भाविकांची श्रद्धा व अनुभव असतो.

श्री गणेशाच्या अवतारांच्या कथांमध्ये जो राक्षस आहे तो त्याच्या विशिष्ट केलेल्या कर्माच्या फळाचे रूपक आहे. उदा. धूम्रवर्णाच्या संदर्भात जो अहंतासुर होता, त्याने नागकन्यांचे शील भ्रष्ट केल्यामुळे त्याला शासन मिळाले. परस्त्रीवर नजर ठेवणे, परस्त्रीवर मोहित होणे, परस्त्रीवर बलात्कार करणे, अति अहंकार, अति लोभ, अति क्रोध यामुळे मनुष्याला त्रास भोगावेच लागतात. अशा वेळी वेगळ्या राक्षसाची गरज नसते, तर हे त्रास हेच राक्षस असतात. त्रास दूर करण्यासाठी कथेतील राक्षसाने जशी उपासना केली तशी उपासना करणे आवश्यक असते. वेगवेगळ्या त्रासांसाठी वेगवेगळ्या गणपतींची उपासना केली, तर अधिक चांगले परिणाम मिळू शकतात.

तेव्हा भक्तमंडळींनी सुरुवातीला एकदा अष्टविनायकांचे दर्शन घ्यावे. आपल्याला असलेल्या त्रासानुसार एक विशिष्ट गणपती निवडून पूजा अर्चा करावी, अधूनमधून चतुर्थीला तेथे जाऊन उपासना चालू ठेवावी, मंत्र जपत राहावा. सरतेशेवटी व्रत संपले की पुन्हा एकदा अष्टविनायकांचे दर्शन घ्यावे. संकल्प करून एखादी गोष्ट ठरविलेल्या कालावधीसाठी नियमाने करणे म्हणजे व्रत. उदा. २१ चतुर्थ्या करणे, एखादा गणेशमंत्र रोज विशिष्ट वेळा म्हणणे वगैरे. यामुळे स्वतः केलेल्या दुष्कर्माच्या फळातून मुक्ती मिळेल हे खरे असले, तरी मुळात दुष्कर्मे करू नयेत. कारण त्राहि भगवान होईल अशा तऱ्हेने संकटे येऊ शकतात. तयार झालेला राक्षस हा प्रातिनिधिक आहे. तेव्हा मनुष्याने मद्यपान, लोभ, क्रोध, अहंकार, अत्याचार, दुराचार यांपासून दूर राहावे.

श्री गणपती ही कलियुगातील महत्त्वाची देवता आहे. आपण पाहिले की, गणपतीची उपासना म्हणजेच आपल्या मेंदूची उपासना. प्रत्येक कर्म, प्रत्येक घटना मेंदूत नोंदवली जाते. कर्मानुसार चांगले-वाईट फळ मिळत असते. तेव्हा मनुष्याने सज्जनतेने राहून, माणुसकी जपून, आपल्याला शक्य आहे ते चार लोकांना देऊन मैत्री वाढवून, दानधर्म, तपस्या करत राहिले, तर हे सद्वर्तन अष्टविनायकांच्या दर्शनाने सिद्ध व्हायला मदत होईल.

हे सर्व लेखन, ही श्री गणेशस्तुती श्री गणेशालाच अर्पण करून या लेखनाची पूर्णाहुती करत आहे.

श्रीगुरु डॉ. बालाजी तांबे यांची ग्रंथसंपदा

आयुर्वेदीय गर्भसंस्कार

२००७ (मराठी), २०११ (गुजराथी आणि इंग्रजी)

बुद्धिमान व आरोग्यसंपन्न भावी पिढी निर्माण होण्यासाठी प्रत्येक दांपत्याने गर्भधारणेपूर्वीपासूनच काळजी घेणे आवश्यक असते. आयुर्वेदाद्वारे या सर्व गोष्टींचे उत्तम मार्गदर्शन होऊ शकते. गर्भसंस्कार, गर्भधारणा व लहान मुलांची काळजी या विषयांबद्दल आवश्यक असणाऱ्या सर्व गोष्टींचे मार्गदर्शन या पुस्तकात केलेले आहे. गेल्या दहा वर्षात या पुस्तकाच्या ६५ आवृत्त्या निघाल्या असून ३,७५,००० पेक्षा अधिक प्रती विकल्या गेल्या आहेत. एवढ्या कमी कालावधीत अशा पुस्तकाच्या इतक्या प्रती विकल्या जाणे हा मराठी पुस्तकांच्या क्षेत्रातील विक्रम मानला जात आहे. वॉशिंग्टन येथील 'यू. एस्. लायब्ररी ऑफ काँग्रेस'ने आपल्या संग्रहासाठी या पुस्तकाची निवड केलेली आहे. अमेरीकेतील या सर्वात जुन्या ग्रंथालयात जगभरातील निवडक पुस्तके संदर्भ ग्रंथ म्हणून ठेवलेली आहेत.

चक्र सुदर्शन

(२००७) (मराठी)

आपल्या शरीरातील षट्चक्रे व त्या ठिकाणी असलेली तत्त्वे यांचे संतुलन होण्यासाठी षट्चक्रे त्यांच्या मूलतत्त्वांसह समजून घेणे आवश्यक असते. अशा तऱ्हेच्या उपासनेने शरीरस्थ षट्चक्रे संतुलित होऊन साधकाला सु-दर्शन होऊन मूलाधाराच्या ठिकाणी सुप्त अवस्थेत असलेली कुंडलिनी ऊर्ध्वगामी होऊन जिवा-शिवाचे मीलन होऊ शकते. हा अभ्यास व उपासना करण्यासंबंधीचा मार्गदर्शन ह्या पुस्तकात आहे. शारीरिक व मानसिक आरोग्य मिळविण्यासाठी ह्या अभ्यासाचा उपयोग होऊ शकतो. पुणे विद्यापीठाच्या 'संत नामदेव अध्यासना'तर्फे ह्या पुस्तकास 'श्री स्वामी स्वरूपानंद पुरस्कार' देण्यात आला आहे.

श्रीरामविश्वपंचायतन

(२००५ मराठी व २००७ गुजराथी)

रामायण ह्या आदिकाव्याचे चिंतन व्हावे, त्यात दडलेले सत्य उलगडता यावे, अंतर्मुखता वाढावी, अंतर्मनाने संदेश द्यावेत अशा उद्देशाने गीतरामायणातील गीतांचा आधार घेऊन रामायणातील व्यक्तिमत्त्वांची उकल या पुस्तकात केलेली आहे. रामायणातील प्रत्येक व्यक्तिमत्वाला काही विशेष व सखोल अर्थ आहे. या अर्थापर्यंत पोचून आपली श्रीरामांशी म्हणजेच जाणिवेशी भेट होण्यासाठी या पुस्तकातील विवेचनाचा फायदा होऊ शकतो. तसेच आधुनिक जीवनाच्या विविध प्रसंगात मार्गदर्शन मिळू शकते.

फॅमिली डॉक्टर

(२००३ पासून) (मराठी)

महाराष्ट्रातील प्रसिद्ध दैनिक 'सकाळ'च्या शुक्रवारच्या अंकाबरोबर 'फॅमिली डॉक्टर' ही साप्ताहिक पुरवणी ऑक्टोबर २००३ पासून प्रसिद्ध होत आहे. डॉ. श्री बालाजी तांबे या पुरवणीचे प्रमुख सल्लागार व लेखक असून यात आजवर अनेक विषयांवर मार्गदर्शन केले गेले आहे.

मंत्र आरोग्याचा व मंत्र जीवनाचा

(२००७) (मराठी)

निरामय जीवन जगण्यासाठी आवश्यक असलेल्या ज्ञानाची उकल या दोन पुस्तकातील लेखात हलक्या-फुलक्या पद्धतीने केलेली आहे. आयुर्वेदात असलेले ज्ञान सर्वसामान्यांना कळेल, उकलेल व आचरणात आणता येईल अशा तऱ्हेने यात अनेक विषय मांडण्यात आलेले आहेत. याचा उपयोग करून सर्वांना सुखी, समाधानी व स्वस्थ आयुष्याचा लाभ होऊ शकतो.

आयुर्वेद उवाच - भाग १ व २ (२००९) (मराठी),

Thus Says Ayurveda- Part 1 (२०१७) (इंग्रजीत)

आयुर्वेदशास्त्रातील अनमोल माहितीच्या आधारे निरामय जीवन जगता यावे या हेतूने सर्वसामान्यांनाही समजेल व आचरणात आणता येईल अशी आयुर्वेदाची शास्त्रोक्त माहिती अत्यंत सोप्या भाषेत या दोन पुस्तकात दिलेली आहे.

आयुर्वेदिक घरगुती उपचार

(२०००) (मराठी व इंग्रजी)

यात सर्दी, खोकला, अपचन, मलावरोध वगैरे साध्या साध्या तक्रारींवर घरगुती उपचार दिलेले आहेत. अशा तक्रारींपासून कायमची सुटका करून घेण्यासाठी प्रतिबंधात्मक व दीर्घकालीन उपचारही दिलेले आहेत.

संतुलन क्रियायोग

(१९८२) (इंग्रजी व मराठी)

रोजच्या दिनक्रमात संतुलन क्रिया, आसने, प्राणायामाचा अंतर्भाव केल्याने भौतिक शरीराबरोबर शरीरातील विद्युत व रासायनिक यंत्रणांची कार्यक्षमता वाढण्यास मदत होते. या दृष्टीने या पुस्तकात काही सोप्या संतुलन क्रिया, आसने, प्राणायाम व भस्त्रिकांची माहिती फोटोंसह दिलेली आहे.

श्री गीतायोग – शोध ब्रह्मविद्येचा - अध्याय पहिला (२००९), अध्याय दुसरा (२०१०), अध्याय तिसरा (२०१०), अध्याय चौथा (२०१२), अध्याय पाचवा (२०१२), अध्याय सहावा (२०१३), अध्याय सातवा (२०१३), अध्याय आठवा (२०१३), अध्याय नववा (२०१४) (मराठी), अध्याय दहावा (२०१५), अध्याय अकरावा (२०१६), अध्याय बारावा (२०१६), अध्याय तेरावा (२०१७), अध्याय चौदावा (२०१८), अध्याय पंधरावा (२०१७) (मराठी)

डॉ. श्री बालाजी तांबे यांनी 'साम-मराठी'या वाहिनीवर 'श्री गीतायोग - व्हर्जन २०१०' या कार्यक्रमात २१व्या शतकाचा संदर्भ ठेवून केलेल्या भगवद्‌गीतेच्या श्लोकांच्या विवेचनावर आधारित या पुस्तकाची मांडणी केलेली आहे. सध्याच्या तणावग्रस्त परिस्थितीत व मनःस्थितीत सुखशांती व अंतिम कल्याणाची विद्या देणारी 'ब्रह्मविद्या'या चिंतनातून आपल्यासमोर उलगडली जाते.

Peacock Feathers - Book one: Yoga of conflict (२०११)

Book two: Yoga of knowledge and logic (२०१३)

The books is the much awaited translation and updating from the book in Marathi, which is based on the TV show called 'Shri Geeta Yog – Version 2011' on Saam TV. The book contains a verse by verse study of the Geeta interpreted for application in present times and situations. The advice that Lord Shri Krishna offers is for all times and all men. This nectar has been distilled and clarified by Dr. Shri Balaji Tambe in this imperative and engaging book.

आरोग्य सुभाषित (मराठी) - सौ. वीणा तांबे

सहज पाठांतरासाठी व लक्षात राहण्यासारखे श्लोक. रोजच्या जीवनासाठी उपयोगी पडणारे नियम, तत्त्वे ज्या श्लोकांमध्ये समजावलेली आहेत अशा श्लोकांचा संग्रह. मूळचा संस्कृत श्लोक, अर्थ व विवरण यात समाविष्ट केलेले आहे.

वातव्याधी

(२०११) (मराठी)

वाढत्या वयाबरोबर प्रकृतीमध्ये वातदोष उत्पन्न होऊ लागतो त्यामुळे अनेकांना वातविकारांना सामोरे जावे लागते, त्याचबरोबर वातदोषाचे असंतुलन होईल अशा आहार-विहारामुळेही वातदोष आणि वातविकार वाढतात. अशा दृष्टीने वातविकारांची संप्राप्ती, वातविकारांवरचे उपचार समजून घ्यावेत ह्या दृष्टीने ही पुस्तिका. साधारणतः सर्व प्रकारच्या, परिचयाच्या व सर्वसामान्यपणे आढळणाऱ्या सर्व वातविकारांची माहिती व औषधोपचार ह्या पुस्तिकेतून मिळू शकतील.

स्त्रीआरोग्य

(२०१२) (मराठी)

स्त्रीच्या आरोग्याची काळजी म्हणजेच तिच्या भावनांची व मासिक धर्माची काळजी. त्या दृष्टीने प्रथमपासून असंतुलनापासून अर्थात रोगांपासून चार हात दूर राहता येते. स्त्रीने स्वतःची काळजी घेतली की तिच्यापासून होणारी संतती सुदृढ, सर्वसंपन्न व बुद्धिमान असू शकते. या विषयाची शास्त्रोक्त माहिती व स्त्रीचे आरोग्य व्यवस्थित राहण्यासाठी काय काळजी घ्यावी याची महिती या पुस्तकात आहे.

स्वास्थ्याचे २१ मंत्र – भाग १ (शरीरसंतुलनाचे १४)

(२०१३) (मराठी)

या पुस्तकात २१ मंत्रांपैकी पहिले १४ मंत्र सांगितलेले आहेत. स्वास्थ्याची व्याख्या करताना तीन दोष, सात धातू, तीन मल, अग्नी अशा १४ गोष्टींचे संतुलन आयुर्वेदाला अपेक्षित आहे. या सर्वांची माहिती व ते आचरणात यावे म्हणून काय करावे याचा ऊहापोह या पुस्तकात केलेला आहे.

स्वास्थ्याचे २१ मंत्र - भाग २ (मनप्रसन्नतेचे ७)

(२०१३) (मराठी)

आयुर्वेदाने पुढचे सात महत्त्वाचे मुद्दे विचारात घेतले ते म्हणजे पाच इंद्रिये, मन व आत्मा. तेव्हाया सात मंत्रांचा विषय 'स्वास्थ्याचे २१ मंत्र - प्रसन्नतेसाठी' या दुसऱ्या पुस्तकात मांडण्यात आला आहे.

The untold secrets of life

(English 2013 and German 2014)

In this amazing decoding of an important hymn of the Vedas by the Spiritual Master Dr. Shri Balaji Tambe the secret to your existence, and more importantly, your fulfillment, is revealed.

Success and happiness are dependent on your creativity. The formula of creativity is described in the process called Yadnya. The book answers the following questions - What makes things evolve? Can you consciously bring about a change in the way you think, behave and even digest food? Can you manufacture happiness just like any physical product through a technological process? Your body and mind are the locations of incredible processes to unlock the above.

नाते वनस्पतींशी - आयुर्वेद उवाच (भाग ३)

(२०१५) (मराठी)

एखाद्या वनस्पतीत एखादे विशेष द्रव्य (केमिकल) असेल पण ते द्रव्य कोठले जीवजंतू मारू शकेल, त्यामुळे कोठले व्हिटॅमिन वगैरे वाढू शकेल व त्याचा माणसावर काय परिणाम होऊ शकेल, मनुष्याला त्या द्रव्याचा वात, पित्त, कफ संतुलन किंवा सप्तधातूसंबंधात कसा उपयोग होऊ शकेल, एकूण मनुष्याच्या जीवनाशी त्या वनस्पतीचा संबंध कसा आहे हे पाहण्याच्या दृष्टीने 'आयुर्वेद उवाच' भाग तिसरा या पुस्तकात नेहमीच्या वनस्पतींची माहिती दिलेली आहे.

चमत्कार पंचकर्माचा

(२०१५) (मराठी)

पंचकर्म म्हणजे शरीरातील पंचतत्त्वांची शुद्धी. पंचकर्म हा विषय आयुर्वेदात विस्तृतपणे समजावला आहे. त्यातून सध्याच्या काळाला अनुरूप आणि व्यस्त जीवनशैलीतून काढता येणाऱ्या वेळात पंचकर्म कसे करता येईल याची माहिती सर्वांना व्हावी या उद्देशाने हे पुस्तक लिहिले आहे.

'SOM' - Communication with the Self

(English and German) (२०१६)

A book that explains the pursuits that are truly worthwhile at the planes of health, wealth and knowledge for the ultimate human goal. The writer then brings that philosophy into an easily achievable daily program, SOM, to unlock the individual's potential on all three planes leading to success along with everlasting peace and contentment.

श्रीमन प्रसन्न (कार्यसिद्धी)

(२०१८) (मराठी)

समाधानी मन ही माणसाची सर्वात मोठी गरज आहे. 'श्रीमन प्रसन्न' असे वाचल्यावर मन ही एक देवता आहे असे लक्षात येते. आरोग्य, पैसे, मुले-बाळे, प्रसिद्धी या मनुष्याच्या आवश्यकता वेगवेगळ्या देवतांच्या आशीर्वादाने मिळतात, अशी कल्पना असली तरी हे सर्व मिळाल्यानंतर त्यापासून मिळणारा आनंद, त्यापासून होणारे सुख किंवा जे मिळविले, ते पचवण्याची ताकद देणारी देवता म्हणजे मन. मनाच्या श्लोकांबाबत झालेले चिंतन, प्रत्यक्ष असलेले अनुभव, इतरांना मार्गदर्शन करताना घेतलेल्या निर्णयांमुळे आलेले अनुभव हे सर्व लक्षात घेऊन हे पुस्तक लिहिण्याचा प्रयत्न केलेला आहे. हे पुस्तक खरोखरच सर्वांना उपयोगी पडेल अशी खात्री वाटते.

स्वयंपाकघरातील दवाखाना

(२०१८) (मराठी)

स्वयंपाकघरात असलेल्या प्रत्येक वस्तूचा काही ना काही उपयोग असतोच. या पदार्थांचे गुणधर्म लक्षात आल्यामुळे केलेला स्वयंपाक पचनाला अधिक सोपा

व संतुलित होऊ शकेल. शिवाय, कुणाला काही किरकोळ आजार झाला तर प्राथमिक घरगुती उपचार करण्यासाठी स्वयंपाकघरातील काही पदार्थांचा उपयोग करून घेता येईल. यासाठी स्वयंपाकघरातील पदार्थांच्या गुणधर्माबद्दल नीट माहिती पाहिजे. या पुस्तकात स्वयंपाकघरात असलेल्या पदार्थांची ओळख करून देण्याचा प्रयत्न केलेला आहे.

Best of फॅमिली डॉक्टर

(२०१८) (मराठी)

भारतीय संस्कृतीतील एक महत्त्वाचा घटक आहे फॅमिली डॉक्टर. जसे आयुर्वेद हा वेदांचा उपवेद आहे, तसे फॅमिली डॉक्टर म्हणजे कुटुंबाचे उपकुटुंब होय. उपचारांची योजना करताना सर्व अंगाचा विचार करून व्यक्तीवर कुठल्या वेळेला कोणत्या प्रकारचे उपचार देण्याची गरज आहे हा निर्णय घेणे फार गरजेचे असते, तसा निर्णय घेण्यासाठी फॅमिली डॉक्टर ही संकल्पना, फॅमिली डॉक्टर ही व्यक्ती आणि फॅमिली डॉक्टर हा ग्रंथ उपयोगी पडू शकतो.

इतर साहित्य

आत्मसंतुलन एको मासिक

(१९८६ पासून) (इंग्रजी व हिंदी एकत्र)

आत्मसंतुलन व्हिलेज येथून दर महिन्याला प्रकाशित होणाऱ्या या मासिकात आयुर्वेद, अध्यात्म, आयुर्वेदिक वनस्पती, अन्नयोग, स्तोत्र अशा अनेक विषयांवर माहिती असते.

स्वास्थ्यसंगीत - सीडीज्

संगीतातील विविध राग, ताल, मंत्र, शब्द, काव्य वगैरेंचा उपचारासाठी उपयोग करण्याबाबत डॉ. श्री बालाजी तांबे यांच्या अनेक वर्षांच्या संशोधनावर आधारित स्वास्थ्यसंगीताच्या अनेक सीडीज् प्रकाशित झाल्या आहेत. अनेक प्रकारचे रोग, शरीरातील शक्तिकेंद्रे व अवयव यांच्यावर परिणाम साधणाऱ्या शास्त्रशुद्ध स्वास्थ्यसंगीताची यात रचना केली आहे. यात स्त्रीसंतुलनासाठी स्त्री संतुलन, गर्भसंस्कार, शांत झोपेसाठी योगनिद्रा, ध्यानधारणेसाठी संतुलन मेडिटेशन व लर्न टू मेडिटेट, समृद्धी, दुर्गा, श्री दत्तात्रेय, शिव - द सुप्रिम कॉन्शसनेस, देवी चॅण्टस्, ॐकार गणेश अशा अनेक सीडींचा समावेश आहे. यातील अनेक सीडींचे प्रकाशन 'टाइम्स म्युझिक'ने केलेले आहे. यातील गर्भसंस्कार ही सीडी आजही 'फर्स्ट टेन बेस्ट सेलर'च्या यादीत आहे.

www.ingramcontent.com/pod-product-compliance
Lightning Source LLC
LaVergne TN
LVHW010804051026
849532LV00007B/2453